TRANZLATY

Sprache ist für alle da

Tungumál er fyrir alla

Das Kommunistische Manifest

Kommúnistastefnuna

Karl Marx
&
Friedrich Engels

Deutsch / Íslenska

Copyright © 2025 Tranzlaty
All rights reserved.
Published by Tranzlaty
ISBN: 978-1-80572-332-5
Original text by Karl Marx and Friedrich Engels
The Communist Manifesto
First published in 1848
www.tranzlaty.com

Einleitung
Kynning
Ein Gespenst geht um in Europa – das Gespenst des Kommunismus

Draugur ásækir Evrópu - vofa kommúnismans

Alle Mächte des alten Europa sind eine heilige Allianz eingegangen, um dieses Gespenst auszutreiben

Öll stórveldi gömlu Evrópu hafa gengið í heilagt bandalag til að reka þessa vofu út

Papst und Zaren, Metternich und Guizot, französische Radikale und deutsche Polizeispione

Páfi og tsar, Metternich og Guizot, franskir róttæklingar og þýskir lögreglunjósnarar

Wo ist die Oppositionspartei, die von ihren Gegnern an der Macht nicht als kommunistisch verschrien wurde?

Hvar er sá flokkur sem er í stjórnarandstöðu sem ekki hefur verið fordæmdur sem kommúnískur af andstæðingum sínum við völd?

Wo ist die Opposition, die nicht den Brandvorwurf des Kommunismus gegen die fortgeschritteneren Oppositionsparteien zurückgeschleudert hat?

Hvar er sú stjórnarandstaða sem hefur ekki varpað til baka ávirðingum kommúnismans, gegn framsæknari stjórnarandstöðuflokkum?

Und wo ist die Partei, die den Vorwurf nicht gegen ihre reaktionären Gegner erhoben hat?

Og hvar er sá flokkur sem hefur ekki sett fram ásakanir á hendur afturhaldssömum andstæðingum sínum?

Aus dieser Tatsache ergeben sich zweierlei

Tvennt leiðir af þessari staðreynd

I. Der Kommunismus wird bereits von allen europäischen Mächten als eine Macht anerkannt

I. Kommúnismi er þegar viðurkenndur af öllum evrópskum stórveldum að vera sjálfur stórveldi

II. Es ist höchste Zeit, dass die Kommunisten ihre Ansichten, Ziele und Tendenzen offen vor der ganzen Welt offenlegen

II. Það er kominn tími til að kommúnistar birti opinberlega, andspænis öllum heiminum, skoðanir sínar, markmið og tilhneigingar

sie müssen diesem Kindermärchen vom Gespenst des Kommunismus mit einem Manifest der Partei selbst begegnen

þeir verða að mæta þessari barnasögu um vofu kommúnismans með stefnuskrá flokksins sjálfs

Zu diesem Zweck haben sich Kommunisten verschiedener Nationalitäten in London versammelt und folgendes Manifest entworfen

Í þessu skyni hafa kommúnistar af ýmsum þjóðernum safnast saman í London og teiknað eftirfarandi stefnuskrá

Dieses Manifest wird in deutscher, englischer, französischer, italienischer, flämischer und dänischer Sprache veröffentlicht

Yfirlýsing þessi verður gefin út á ensku, frönsku, þýsku, ítölsku, flæmsku og dönsku

Und jetzt soll es in allen Sprachen veröffentlicht werden, die Tranzlaty anbietet

Og nú á að gefa það út á öllum þeim tungumálum sem Tranzlaty býður upp á

Bourgeois und Proletarier
Borgarastétin og öreigarnir

Die Geschichte aller bisherigen Gesellschaften ist die Geschichte der Klassenkämpfe

Saga allra samfélaga sem hingað til hafa verið til er saga stéttabaráttu

Freier und Sklave, Patrizier und Plebejer, Herr und Leibeigener, Zunftmeister und Geselle

Frjáls maður og þræll, ættfaðir og plebei, herra og þjónn, gildameistari og sveinn

mit einem Wort, Unterdrücker und Unterdrückte

í einu orði sagt, kúgari og kúgaður

Diese sozialen Klassen standen in ständiger Opposition zueinander

þessar þjóðfélagsstéttir stóðu í stöðugri andstöðu hver við aðra

Sie führten einen ununterbrochenen Kampf. Jetzt versteckt, jetzt offen

þeir héldu áfram samfelldri baráttu. Nú falið, nú opið

Ein Kampf, der entweder in einer revolutionären Rekonstitution der Gesellschaft als Ganzes endete

baráttu sem annað hvort endaði með byltingarkenndri endurskipulagningu samfélagsins í heild

oder ein Kampf, der im gemeinsamen Ruin der streitenden Klassen endete

eða bardaga sem endaði með sameiginlegri eyðileggingu stéttanna sem deildu um

Blicken wir zurück auf die früheren Epochen der Geschichte

Lítum til baka til fyrri tímaskeiða sögunnar

Wir finden fast überall eine komplizierte Einteilung der Gesellschaft in verschiedene Ordnungen

Við finnum næstum alls staðar flókið skipulag samfélagsins í ýmsar skipanir

Es gab schon immer eine mannigfaltige Abstufung des sozialen Ranges

það hefur alltaf verið margvísleg stigbreyting á félagslegri
stöðu
Im alten Rom gibt es Patrizier, Ritter, Plebejer, Sklaven
Í Róm til forna höfum við feðra, riddara, plebeia, þræla
im Mittelalter: Feudalherren, Vasallen, Zunftmeister,
Gesellen, Lehrlinge, Leibeigene
á miðöldum: lénsherrar, hermenn, gildismeistarar, sveinar,
lærlingar, þrælar
In fast allen diesen Klassen sind wiederum untergeordnete
Abstufungen
í næstum öllum þessum flokkum, aftur, víkjandi
stigskiptingar
Die moderne Bourgeoisie Gesellschaft ist aus den
Trümmern der feudalen Gesellschaft hervorgegangen
Nútíma borgarastéttarsamfélag hefur sprottið upp úr rústum
lénssamfélagsins
Aber diese neue Gesellschaftsordnung hat die
Klassengegensätze nicht beseitigt
en þessi nýja þjóðfélagsskipan hefur ekki útrýmt
stéttaandstæðum
Sie hat nur neue Klassen und neue
Unterdrückungsbedingungen geschaffen
Það hefur aðeins komið á nýjum stéttum og nýjum
kúgunarskilyrðum
Sie hat neue Formen des Kampfes an die Stelle der alten
gesetzt
það hefur komið á nýjum baráttuformum í stað þeirra gömlu
Die Epoche, in der wir uns befinden, weist jedoch eine
Besonderheit auf
Hins vegar býr tímabilið sem við erum á yfir sér eitt sérkenni
die Epoche der Bourgeoisie hat die Klassengegensätze
vereinfacht
tímabil borgarastéttarinnar hefur einfaldað
stéttaandstæðurnar
Die Gesellschaft als Ganzes spaltet sich mehr und mehr in
zwei große feindliche Lager

Samfélagið í heild er meira og meira að klofna í tvær stórar
fjandsamlegar fylkingar
**zwei große soziale Klassen, die sich direkt gegenüberstehen:
Bourgeoisie und Proletariat**
tvær stórar þjóðfélagsstéttir beint andspænis hvor annarri:
Borgarastétt og verkalýður
**Aus den Leibeigenen des Mittelalters gingen die Bürger der
ersten Städte hervor**
Frá þrælum miðalda spruttu löggiltir borgarar elstu bæjanna
**Aus diesen Bürgern entwickelten sich die ersten Elemente
der Bourgeoisie**
Frá þessum borgarafundum þróuðust fyrstu þættir
borgarastéttarinnar
Die Entdeckung Amerikas und die Umrundung des Kaps
Uppgötvun Ameríku og umferð Höfða
**diese Ereignisse eröffneten der aufstrebenden Bourgeoisie
neues Terrain**
þessir atburðir opnuðu nýjan jarðveg fyrir hina rísandi
borgarastétt
**Die ostindischen und chinesischen Märkte, die
Kolonisierung Amerikas, der Handel mit den Kolonien**
Austur-indverskir og kínverskir markaðir, nýlenduveldi
Ameríku, viðskipti við nýlendurnar
die Vermehrung der Tauschmittel und der Waren überhaupt
Aukning á gjaldmiðlum og vöru almennt
**Diese Ereignisse gaben dem Handel, der Schiffahrt und der
Industrie einen nie gekannten Impuls**
þessir atburðir gáfu verslun, siglingum og iðnaði hvata sem
aldrei áður hafði þekkst
**Sie gab dem revolutionären Element in der wankenden
feudalen Gesellschaft eine rasche Entwicklung**
það gaf byltingarþættinum í hinu hrörlega feudal samfélagi
hraða þróun
**Geschlossene Zünfte hatten das feudale System der
industriellen Produktion monopolisiert**
lokuð guild höfðu einokað feudal kerfi iðnaðarframleiðslu

Doch das reichte den wachsenden Bedürfnissen der neuen Märkte nicht mehr aus

en það dugði ekki lengur til vaxandi þarfa hinna nýju markaða

Das Manufaktursystem trat an die Stelle des feudalen Systems der Industrie

Framleiðslukerfið kom í stað feudal iðnaðarkerfisins

Die Zunftmeister wurden vom produzierenden Bürgertum auf die Seite gedrängt

Guild-meistaranum var ýtt til hliðar af miðstéttinni í framleiðslu

Die Arbeitsteilung zwischen den verschiedenen korporativen Innungen verschwand

Verkaskipting milli hinna ýmsu fyrirtækjafélaga hvarf

Die Arbeitsteilung durchdrang jede einzelne Werkstatt

verkaskiptingin smeygði sér inn í hvert einasta verkstæði

In der Zwischenzeit wuchsen die Märkte immer weiter und die Nachfrage stieg immer weiter

Á meðan héldu markaðir áfram að vaxa og eftirspurnin sífellt vaxandi

Selbst Fabriken reichten nicht mehr aus, um den Anforderungen gerecht zu werden

Jafnvel verksmiðjur dugðu ekki lengur til að mæta kröfunum

Daraufhin revolutionierten Dampf und Maschinen die industrielle Produktion

Í kjölfarið gjörbylti gufa og vélar iðnaðarframleiðslu

An die Stelle der Manufaktur trat der Riese, die moderne Industrie

Framleiðslustaðurinn var tekinn af risastóru, nútíma iðnaði

An die Stelle des industriellen Mittelstandes traten industrielle Millionäre

Sæti iðnaðarmillistéttarinnar var tekið af iðnaðarmilljónamæringum

an die Stelle der Führer ganzer Industriearmeen trat die moderne Bourgeoisie

stöðu leiðtoga heilla iðnaðarherja var tekin af nútíma
borgarastétt
**die Entdeckung Amerikas ebnete der modernen Industrie
den Weg zur Etablierung des Weltmarktes**
uppgötvun Ameríku ruddi brautina fyrir nútíma iðnað til að
koma á heimsmarkaði
**Dieser Markt gab dem Handel, der Schifffahrt und der
Kommunikation auf dem Landweg eine ungeheure
Entwicklung**
Þessi markaður gaf gríðarlega þróun í viðskiptum, siglingum
og samskiptum á landi
**Diese Entwicklung hat seinerzeit auf die Ausdehnung der
Industrie reagiert**
Þessi þróun hefur á sínum tíma haft áhrif á útbreiðslu
iðnaðarins
**Sie reagierte in dem Maße, wie sich die Industrie
ausbreitete, und wie sich Handel, Schiffahrt und Eisenbahn
ausdehnten**
það brást við í réttu hlutfalli við það hvernig iðnaðurinn
stækkaði og hvernig verslun, siglingar og járnbrautir
breiddust út
**in demselben Maße, in dem sich die Bourgeoisie
entwickelte, vermehrte sie ihr Kapital**
í sama hlutfalli og borgarastéttin þróaðist, juku þeir fjármagn
sitt
**und das Bourgeoisie drängte jede aus dem Mittelalter
überlieferte Klasse in den Hintergrund**
og borgarastéttin ýtti öllum stéttum frá miðöldum í
bakgrunninn
**daher ist die moderne Bourgeoisie selbst das Produkt eines
langen Entwicklungsganges**
þess vegna er nútíma borgarastétt sjálf afrakstur langrar
þróunar
**Wir sehen, dass es sich um eine Reihe von Revolutionen in
der Produktions- und Tauschweise handelt**

við sjáum að þetta er röð byltinga í framleiðslu- og
skiptiháttum
**Jeder Schritt der Bourgeoisie Entwicklung ging mit einem
entsprechenden politischen Fortschritt einher**
Hverju skrefi þróunarborgarastéttarinnar fylgdu samsvarandi
pólitískar framfarir
**Eine unterdrückte Klasse unter der Herrschaft des feudalen
Adels**
Kúguð stétt undir stjórn lénsaðalsmanna
**ein bewaffneter und selbstverwalteter Verein in der
mittelalterlichen Kommune**
vopnað og sjálfstjórnarfélag í miðaldakommúnunni
**hier eine unabhängige Stadtrepublik (wie in Italien und
Deutschland)**
hér sjálfstætt borgarlýðveldi (eins og á Ítalíu og Þýskalandi)
**dort ein steuerpflichtiger "dritter Stand" der Monarchie (wie
in Frankreich)**
þar, skattskyld "þriðja ríki" konungsveldisins (eins og í
Frakklandi)
Danach, in der Zeit der eigentlichen Herstellung
eftir það, á eiginlegu framleiðslutímabili
**die Bourgeoisie diente entweder der halbfeudalen oder der
absoluten Monarchie**
borgarastéttin þjónaði annað hvort hálf-feudal eða algjöru
konungsveldinu
oder die Bourgeoisie fungierte als Gegengewicht zum Adel
eða borgarastéttin virkaði sem mótvægi gegn aðalsmönnum
**und in der Tat war die Bourgeoisie ein Eckpfeiler der großen
Monarchien überhaupt**
og í raun var borgarastéttin hornsteinn stórveldanna almennt
**aber die moderne Industrie und der Weltmarkt haben sich
seitdem etabliert**
en nútímaiðnaðurinn og heimsmarkaðurinn hefur fest sig í
sessi síðan
**und die Bourgeoisie hat sich die ausschließliche politische
Herrschaft erobert**

og borgarastéttin hefur sigrað sér pólitísk völd

**sie erreichte diese politische Herrschaft durch den
modernen repräsentativen Staat**

það náði þessum pólitísku yfirráðum í gegnum nútíma
fulltrúaríki

**Die Exekutive des modernen Staates ist nichts anderes als
ein Verwaltungskomitee**

Framkvæmdastjórar nútímaríkisins eru aðeins
stjórnunarnefnd

**und sie leiten die gemeinsamen Angelegenheiten der
gesamten Bourgeoisie**

og þeir stjórna sameiginlegum málefnum allrar
borgarastéttarinnar

**Die Bourgeoisie hat historisch gesehen eine höchst
revolutionäre Rolle gespielt**

Borgarastéttin hefur sögulega gegnt byltingarkenndu
hlutverki

**Wo immer sie die Oberhand gewann, machte sie allen
feudalen, patriarchalischen und idyllischen Verhältnissen
ein Ende**

Hvar sem það náði yfirhöndinni, batt það enda á öll léns-,
feðraveldis- og friðsæl samskipti

**Sie hat erbarmungslos die bunten feudalen Bande zerrissen,
die den Menschen an seine "natürlichen Vorgesetzten"
banden**

Það hefur miskunnarlaust slitið í sundur þau brotakenndu
lénsbönd sem bundu manninn við "náttúrulega yfirmenn" sína

**Und es ist kein Nexus zwischen Mensch und Mensch übrig
geblieben, außer nacktem Eigeninteresse**

og hún hefur ekki skilið eftir nein tengsl milli manns og
manns, önnur en nakin eiginhagsmunatengsl

**Die Beziehungen der Menschen zueinander sind zu nichts
anderem geworden als zu einer gefühllosen "Geldzahlung"**

Samskipti mannsins sín á milli eru orðin að öðru en
kaldranalegri "peningagreiðslu"

Sie hat die himmlischsten Ekstasen religiöser Inbrunst
ertränkt
Það hefur drekkt himneskri alsælu trúareldmóðs
sie hat ritterlichen Enthusiasmus und philiströsen
Sentimentalismus übertönt
það hefur drekkt riddaralegum eldmóði og tilfinningasemi
filistea
Sie hat diese Dinge im eisigen Wasser des egoistischen
Kalküls ertränkt
það hefur drekkt þessum hlutum í ísköldu vatni sjálfhverfra
útreikninga
Sie hat den persönlichen Wert in Tauschwert aufgelöst
Það hefur leyst persónulegt virði í skiptanlegt verðmæti
Sie hat die zahllosen und unveräußerlichen verbrieften
Freiheiten ersetzt
það hefur komið í stað óteljandi og óumflýjanlegs lögbundins
frelsis
und sie hat eine einzige, skrupellose Freiheit geschaffen;
Freihandel
og það hefur komið á einu, samviskulausu frelsi; Fríverslun
Mit einem Wort, sie hat dies für die Ausbeutung getan
Í einu orði sagt, það hefur gert þetta til arðráns
Ausbeutung, verschleiert durch religiöse und politische
Illusionen
arðrán hulið trúarlegum og pólitískum blekkingum
Ausbeutung verschleiert durch nackte, schamlose, direkte,
brutale Ausbeutung
Arðrán hulin naktri, blygðunarlausri, beinni og hrottalegri
misnotkun
die Bourgeoisie hat den Heiligenschein von jedem zuvor
geehrten und verehrten Beruf abgestreift
borgarastéttin hefur svipt geislabaug af öllum áður virtum og
virtum störfum
der Arzt, der Advokat, der Priester, der Dichter und der
Mann der Wissenschaft

læknirinn, lögfræðingurinn, presturinn, skáldið og
vísindamaðurinn
**Sie hat diese ausgezeichneten Arbeiter in ihre bezahlten
Lohnarbeiter verwandelt**
það hefur breytt þessum virtu verkamönnum í launaða
launamenn sína
**Die Bourgeoisie hat der Familie den sentimentalen Schleier
weggerissen**
Borgarastéttin hefur rifið tilfinningablæjuna af fjölskyldunni
**Und sie hat das Familienverhältnis auf ein bloßes
Geldverhältnis reduziert**
og það hefur minnkað fjölskyldutengslin niður í peningatengsl
**die brutale Zurschaustellung der Kraft im Mittelalter, die
die Reaktionäre so sehr bewundern**
hrottalega sýning á þrótti á miðöldum sem afturhaldssinnar
dást svo mikið að
**Auch diese fand ihre passende Ergänzung in der trägesten
Trägheit**
jafnvel þetta fann viðeigandi viðbót í letilegustu leti
Die Bourgeoisie hat enthüllt, wie es dazu gekommen ist
Borgarastéttin hefur upplýst hvernig allt þetta gerðist
**Die Bourgeoisie war die erste, die gezeigt hat, was die
Tätigkeit des Menschen bewirken kann**
Borgarastéttin hefur verið fyrst til að sýna fram á hvað
athafnir mannsins geta komið til leiðar
**Sie hat Wunder vollbracht, die ägyptische Pyramiden,
römische Aquädukte und gotische Kathedralen bei weitem
übertreffen**
Það hefur afrekað kraftaverk langt umfram egypska
pýramída, rómverskar vatnsleiðslur og gotneskar dómkirkjur
**und sie hat Expeditionen durchgeführt, die alle früheren
Auszüge von Nationen und Kreuzzügen in den Schatten
stellten**
og það hefur staðið fyrir leiðöngrum sem setja í skugga allra
fyrrverandi Exoduses þjóða og krossferða

Die Bourgeoisie kann nicht existieren, ohne die Produktionsmittel ständig zu revolutionieren
Borgarastéttin getur ekki verið til án þess að umbylta stöðugt framleiðslutækjunum
und damit kann sie nicht ohne ihre Beziehungen zur Produktion existieren
og þar með getur hún ekki verið til án tengsla við framleiðsluna
und deshalb kann sie nicht ohne ihre Beziehungen zur Gesellschaft existieren
og þess vegna getur hún ekki verið til án tengsla við samfélagið
Alle früheren Industrieklassen hatten eine Bedingung gemeinsam
Allar fyrri iðnstéttir áttu eitt sameiginlegt ástand
Sie setzten auf die Bewahrung der alten Produktionsweisen
þeir treystu á varðveislu gömlu framleiðsluaðferðanna
aber die Bourgeoisie brachte eine völlig neue Dynamik mit sich
en borgarastéttin hafði með sér alveg nýja virkni
Ständige Revolutionierung der Produktion und ununterbrochene Störung aller gesellschaftlichen Verhältnisse
Stöðug bylting framleiðslu og óslitin röskun á öllum félagslegum aðstæðum
diese immerwährende Unsicherheit und Unruhe unterscheidet die Epoche der Bourgeoisie von allen früheren
þessi eilífa óvissa og æsingur aðgreinir borgarastéttartímabilið frá öllum fyrri tímabilum
Die bisherigen Beziehungen zur Produktion waren mit alten und ehrwürdigen Vorurteilen und Meinungen verbunden
fyrri samskiptum við framleiðsluna fylgdu fornir og virðulegir fordómar og skoðanir
Aber all diese festgefahrenen, eingefrorenen Beziehungen werden hinweggefegt
En öllum þessum föstu, fastfrosnu samskiptum er sópað burt

**Alle neu gebildeten Verhältnisse werden antiquiert, bevor
sie erstarren können**
Öll nýmynduð tengsl verða úrelt áður en þau geta
beinbrotnað
**Alles, was fest ist, zerschmilzt in Luft, und alles, was heilig
ist, wird entweiht**
Allt sem er fast bráðnar í loft og allt sem heilagt er vanhelgað
**Der Mensch ist endlich gezwungen, mit nüchternen Sinnen
seinen wirklichen Lebensbedingungen ins Auge zu sehen**
Maðurinn neyðist loksins til að horfast í augu við raunveruleg
lífsskilyrði sín með skynsemi
**und er ist gezwungen, sich seinen Beziehungen zu
seinesgleichen zu stellen**
og hann neyðist til að horfast í augu við samskipti sín við sína
tegund
**Die Bourgeoisie muss ständig ihre Märkte für ihre Produkte
erweitern**
Borgarastéttin þarf stöðugt að stækka markaði sína fyrir vörur
sínar
**und deshalb wird die Bourgeoisie über die ganze
Erdoberfläche gejagt**
og vegna þessa er borgarastéttin elt um allt yfirborð jarðar
**Die Bourgeoisie muss sich überall einnisten, sich überall
niederlassen, überall Verbindungen herstellen**
Borgarastéttin verður að hreiðra um sig alls staðar, setjast að
alls staðar, koma á tengslum alls staðar
**Die Bourgeoisie muss in jedem Winkel der Welt Märkte
schaffen, um sie auszubeuten**
Borgarastéttin verður að skapa markaði í hverju horni
heimsins til að arðræna
**Die Produktion und der Konsum in jedem Land haben
einen kosmopolitischen Charakter erhalten**
Framleiðsla og neysla í hverju landi hefur fengið
heimsborgaralegt yfirbragð
**der Verdruss der Reaktionäre ist mit Händen zu greifen,
aber er hat sich trotzdem fortgesetzt**

gremja afturhaldssinna er áþreifanleg, en hún hefur haldið
áfram engu að síður
**Die Bourgeoisie hat der Industrie den nationalen Boden, auf
dem sie stand, unter den Füßen weggezogen**
Borgarastéttin hefur dregið undir fótum iðnaðarins þann
þjóðargrundvöll sem hún stóð á
**Alle alteingesessenen nationalen Industrien sind zerstört
worden oder werden täglich zerstört**
allar gamlar þjóðaratvinnugreinar hafa verið eyðilagðar eða
eru daglega eyðilagðar
**Alle alteingesessenen nationalen Industrien werden durch
neue Industrien verdrängt**
Allar gamlar þjóðaratvinnugreinar eru hraknar af nýjum
atvinnugreinum
**Ihre Einführung wird zu einer Frage von Leben und Tod für
alle zivilisierten Völker**
innleiðing þeirra verður spurning upp á líf og dauða fyrir allar
siðmenntaðar þjóðir
**Sie werden von Industrien verdrängt, die keine heimischen
Rohstoffe mehr verarbeiten**
þeir eru hraknir af iðnaði sem vinnur ekki lengur upp innlent
hráefni
**Stattdessen beziehen diese Industrien Rohstoffe aus den
entlegensten Zonen**
Þess í stað draga þessar atvinnugreinar hráefni frá
afskekktustu svæðum
**Industrien, deren Produkte nicht nur zu Hause, sondern in
allen Teilen der Welt konsumiert werden**
atvinnugreinar þar sem afurða er neytt, ekki aðeins heima,
heldur í öllum heimsfjórðungum
**An die Stelle der alten Bedürfnisse, die durch die
Erzeugnisse des Landes befriedigt werden, treten neue
Bedürfnisse**
Í stað hinna gömlu þarfa, fullnægt af framleiðslu landsins,
finnum við nýjar þarfir

Diese neuen Bedürfnisse bedürfen zu ihrer Befriedigung der Produkte aus fernen Ländern und Klimazonen
Þessar nýju þarfir þurfa til að fullnægja afurðum fjarlægra landa og loftslaga

An die Stelle der alten lokalen und nationalen Abgeschiedenheit und Selbstversorgung tritt der Handel
Í stað hinnar gömlu staðbundnu og þjóðlegu einangrunar og sjálfsbjargarviðleitni höfum við viðskipti

internationaler Austausch in alle Richtungen; universelle Interdependenz der Nationen
alþjóðleg skipti í allar áttir; Alhliða gagnkvæmt háð þjóða

Und so wie wir von Materialien abhängig sind, so sind wir von der intellektuellen Produktion abhängig
og rétt eins og við erum háð efnum, þannig erum við háð vitsmunalegri framleiðslu

Die geistigen Schöpfungen der einzelnen Nationen werden zum Gemeingut
Vitsmunaleg sköpun einstakra þjóða verður sameiginleg eign

Nationale Einseitigkeit und Engstirnigkeit werden immer unmöglicher
Einhliða og þröngsýni þjóðarinnar verða sífellt ómögulegari

Und aus den zahlreichen nationalen und lokalen Literaturen entsteht eine Weltliteratur
og af hinum fjölmörgu innlendum og staðbundnum bókmenntum sprettur heimsbókmenntir

durch die rasche Verbesserung aller Produktionsmittel
með skjótum framförum allra framleiðslutækja

durch die immens erleichterten Kommunikationsmittel
með gríðarlega auðvelduðum samskiptaleiðum

Die Bourgeoisie zieht alle (auch die barbarischsten Nationen) in die Zivilisation hinein
Borgarastéttin dregur alla (jafnvel villimannlegustu þjóðirnar) inn í siðmenninguna

Die billigen Preise seiner Waren; die schwere Artillerie, die alle chinesischen Mauern niederreißt

Ódýrt verð á vörum þess; stórskotaliðið sem berst niður alla
kínverska múra
Der hartnäckige Fremdenhass der Barbaren wird zur
Kapitulation gezwungen
Ákaflega þrjóskt hatur barbaranna á útlendingum neyðist til
að gefast upp
Sie zwingt alle Nationen, unter Androhung des
Aussterbens, die Bourgeoisie Produktionsweise
anzunehmen
Hún neyðir allar þjóðir, að viðlögðu útrýmingu, til að taka
upp framleiðsluhætti borgarastéttarinnar
Sie zwingt sie, das, was sie Zivilisation nennt, in ihre Mitte
einzuführen
það neyðir þá til að kynna það sem hún kallar siðmenningu
mitt á meðal þeirra
Die Bourgeoisie zwingt die Barbaren, selbst zur Bourgeoisie
zu werden
Borgarastéttin neyðir villimennina til að gerast sjálfir
borgarastéttir
mit einem Wort, die Bourgeoisie schafft sich eine Welt nach
ihrem Bilde
í einu orði sagt, borgarastéttin skapar heim eftir sinni eigin
mynd
Die Bourgeoisie hat das Land der Herrschaft der Städte
unterworfen
Borgarastéttin hefur lagt sveitirnar undir stjórn bæjanna
Sie hat riesige Städte geschaffen und die Stadtbevölkerung
stark vergrößert
Það hefur skapað gríðarstórar borgir og fjölgað íbúum í
þéttbýli til muna
Sie rettete einen beträchtlichen Teil der Bevölkerung vor der
Idiotie des Landlebens
það bjargaði töluverðum hluta íbúanna frá fávisku
sveitalífsins
Aber sie hat die Menschen auf dem Lande von den Städten
abhängig gemacht

en það hefur gert þá sem búa á landsbyggðinni háðir bæjunum

Und ebenso hat sie die barbarischen Länder von den zivilisierten abhängig gemacht

og sömuleiðis hefur það gert villimannalöndin háð hinum siðmenntuðu

Bauernnationen gegen Völker der Bourgeoisie, Osten gegen Westen

þjóðir bænda á þjóðir borgarastéttar, austur á vestur

Die Bourgeoisie beseitigt den zerstreuten Zustand der Bevölkerung mehr und mehr

Borgarastéttin afnemur sífellt dreift ástand íbúanna

Sie hat die Produktion agglomeriert und das Eigentum in wenigen Händen konzentriert

Það hefur þétt framleiðslu og hefur samþjappað eignum á fáum höndum

Die notwendige Konsequenz daraus war eine politische Zentralisierung

Nauðsynleg afleiðing þessa var pólitísk miðstýring

Es gab unabhängige Nationen und lose miteinander verbundene Provinzen

það höfðu verið sjálfstæðar þjóðir og lauslega tengd héruð

Sie hatten getrennte Interessen, Gesetze, Regierungen und Steuersysteme

þeir höfðu aðskilda hagsmuni, lög, stjórnvöld og skattkerfi

Aber sie sind zu einer Nation zusammengeschmolzen, mit einer Regierung

En þeim hefur verið steypt saman í eina þjóð, með einni ríkisstjórn

Sie haben jetzt ein nationales Klasseninteresse, eine Grenze und einen Zolltarif

þeir hafa nú eina þjóðarhagsmuni, eitt landamæri og einn toll

Und dieses nationale Klasseninteresse ist unter einem Gesetzbuch vereinigt

og þessir þjóðarhagsmunir eru sameinaðir í einum lagakóða

die Bourgeoisie hat während ihrer knapp hundertjährigen Herrschaft viel erreicht

borgarastéttin hefur áorkað miklu á stjórn sinni í tæp hundrað ár

massivere und kolossalere Produktivkräfte als alle vorhergehenden Generationen zusammen

Massameiri og gríðarlegri framleiðsluöfl en allar fyrri kynslóðir saman

Die Kräfte der Natur sind dem Willen des Menschen und seiner Maschinerie unterworfen

Kraftar náttúrunnar eru undirokaðir vilja mannsins og véla hans

Die Chemie wird auf alle Industrieformen und Landwirtschaftsformen angewendet

Efnafræði er beitt á hvers kyns iðnað og tegundir landbúnaðar

Dampfschiffahrt, Eisenbahnen, elektrische Telegraphen und die Druckerpresse

gufusiglingar, járnbrautir, rafsímar og prentvél

Rodung ganzer Kontinente für den Anbau, Kanalisierung von Flüssen

hreinsun heilu heimsálfanna til ræktunar, skurðamyndun áa

ganze Populationen wurden aus dem Boden gezaubert und an die Arbeit gebracht

heilu stofnarnir hafa verið töfraðir upp úr jörðinni og settir í vinnu

Welches frühere Jahrhundert hatte auch nur eine Ahnung von dem, was entfesselt werden könnte?

Hvaða fyrri öld hafði yfirhöfuð fyrirboða um hvað hægt væri að leysa úr læðingi?

Wer hat vorausgesagt, dass solche Produktivkräfte im Schoß der gesellschaftlichen Arbeit schlummern?

Hver spáði því að slík framleiðsluöfl blunduðu í kjöltu félagslegrar vinnu?

Wir sehen also, daß die Produktions- und Tauschmittel in der feudalen Gesellschaft erzeugt wurden

Við sjáum þá að framleiðslu- og skiptitækin urðu til í
lénssamfélaginu
die Produktionsmittel, auf deren Grundlage sich die
Bourgeoisie aufbaute
framleiðslutækin sem borgarastéttin byggði sig á
Auf einer bestimmten Stufe der Entwicklung dieser
Produktions- und Tauschmittel
Á ákveðnu stigi í þróun þessara framleiðslu- og skiptatækja
die Bedingungen, unter denen die feudale Gesellschaft
produzierte und tauschte
við hvaða aðstæður lénssamfélagið framleiddi og skiptist á
Die feudale Organisation der Landwirtschaft und des
verarbeitenden Gewerbes
Lénsskipulag landbúnaðar og framleiðsluiðnaðar
Die feudalen Eigentumsverhältnisse waren mit den
materiellen Verhältnissen nicht mehr vereinbar
lénstengsl eigna samrýmdust ekki lengur efnislegum
skilyrðum
Sie mussten gesprengt werden, also wurden sie
auseinandergesprengt
Það varð að springa þá í sundur, svo þeir sprungu í sundur
An ihre Stelle trat die freie Konkurrenz der Produktivkräfte
Í þeirra stað steig frjáls samkeppni frá framleiðsluöflunum
Und sie wurden von einer ihr angepassten sozialen und
politischen Verfassung begleitet
og þeim fylgdi félagsleg og pólitísk stjórnarskrá sem var
aðlöguð að henni
und sie wurde begleitet von der ökonomischen und
politischen Herrschaft der Bourgeoisie Klasse
og því fylgdi efnahagsleg og pólitísk yfirráð
borgarastéttarinnar
Eine ähnliche Bewegung vollzieht sich vor unseren eigenen
Augen
Svipuð hreyfing er í gangi fyrir augum okkar
Die moderne Bourgeoisie Gesellschaft mit ihren
Produktions-, Tausch- und Eigentumsverhältnissen

Nútíma borgarastéttarsamfélag með framleiðslu-, skipta- og eignatengslum

eine Gesellschaft, die so gigantische Produktions- und Tauschmittel heraufbeschworen hat

samfélag sem hefur töfrað fram svo risavaxnar framleiðslu- og skiptileiðir

Es ist wie der Zauberer, der die Mächte der Unterwelt heraufbeschworen hat

Það er eins og galdramaðurinn sem kallaði fram krafta undirheimsins

Aber er ist nicht mehr in der Lage, zu kontrollieren, was er in die Welt gebracht hat

en hann er ekki lengur fær um að stjórna því sem hann hefur komið með í heiminn

Viele Jahrzehnte lang war die vergangene Geschichte durch einen roten Faden miteinander verbunden

Í marga áratugi var sagan bundin saman af sameiginlegum þræði

Die Geschichte der Industrie und des Handels ist nichts anderes als die Geschichte der Revolten

Saga iðnaðar og viðskipta hefur aðeins verið saga uppreisna

die Revolten der modernen Produktivkräfte gegen die modernen Produktionsbedingungen

Uppreisnir nútíma framleiðsluafla gegn nútíma framleiðsluskilyrðum

die Revolten der modernen Produktivkräfte gegen die Eigentumsverhältnisse

Uppreisnir nútíma framleiðsluafla gegn eignasamskiptum

diese Eigentumsverhältnisse sind die Bedingungen für die Existenz der Bourgeoisie

þessi eignatengsl eru skilyrði fyrir tilveru borgarastéttarinnar

und die Existenz der Bourgeoisie bestimmt die Regeln der Eigentumsverhältnisse

og tilvist borgarastéttarinnar ákvarðar reglur um eignatengsl

Es genügt, die periodische Wiederkehr von Handelskrisen zu erwähnen

Það er nóg að minnast á reglubundna endurkomu
viðskiptakreppu
**jede Handelskrise ist für die Bourgeoisie Gesellschaft
bedrohlicher als die letzte**
hver viðskiptakreppa er meiri ógn við
borgarastéttarsamfélagið en sú síðasta
**In diesen Krisen wird ein großer Teil der bestehenden
Produkte vernichtet**
Í þessum kreppum eyðileggst stór hluti þeirra afurða sem fyrir
eru
**Diese Krisen zerstören aber auch die zuvor geschaffenen
Produktivkräfte**
En þessar kreppur eyðileggja einnig framleiðsluöflin sem áður
hafa skapast
**In allen früheren Epochen wären diese Epidemien als
Absurdität erschienen**
Á öllum fyrri tímum hefðu þessir faraldrar virst fáránleiki
**denn diese Epidemien sind die kommerziellen Krisen der
Überproduktion**
vegna þess að þessir faraldrar eru viðskiptakreppur
offramleiðslu
**Die Gesellschaft befindet sich plötzlich wieder in einem
Zustand der momentanen Barbarei**
Samfélagið er skyndilega komið aftur í augnabliks
villimennsku
**als ob ein allgemeiner Verwüstungskrieg jede Möglichkeit
des Lebensunterhalts abgeschnitten hätte**
eins og allsherjarstríð eyðileggingar hefði lokað fyrir allar
lífsviðurværisleiðir
**Industrie und Handel scheinen zerstört worden zu sein; Und
warum?**
iðnaður og verslun virðast hafa verið eyðilögð; og hvers
vegna?
Weil es zu viel Zivilisation und Subsistenzmittel gibt
Vegna þess að það er of mikil siðmenning og lífsviðurværi
Und weil es zu viel Industrie und zu viel Handel gibt

og vegna þess að það er of mikill iðnaður og of mikil verslun
Die Produktivkräfte, die der Gesellschaft zur Verfügung
stehen, entwickeln nicht mehr das Bourgeoisie Eigentum
Framleiðsluöflin sem samfélagið hefur yfir að ráða þróa ekki
lengur eignir borgarastéttarinnar
im Gegenteil, sie sind zu mächtig geworden für diese
Verhältnisse, durch die sie gefesselt sind
þvert á móti eru þeir orðnir of öflugir fyrir þessar aðstæður,
sem þeir eru fjötraðir af
sobald sie diese Fesseln überwunden haben, bringen sie
Unordnung in die ganze Bourgeoisie Gesellschaft
um leið og þeir sigrast á þessum fjötrum koma þeir óreiðu inn
í allt borgarastéttarsamfélagið
und die Produktivkräfte gefährden die Existenz des
Bourgeoisie Eigentums
og framleiðsluöflin stofna tilvist borgarastéttarinnar í hættu
Die Bedingungen der Bourgeoisie Gesellschaft sind zu eng,
um den von ihnen geschaffenen Reichtum zu erfassen
Aðstæður borgarastéttarsamfélagsins eru of þröngar til að
samanstanda af þeim auði sem þær skapa
Und wie überwindet die Bourgeoisie diese Krisen?
Og hvernig kemst borgarastéttin yfir þessar kreppur?
Einerseits überwindet sie diese Krisen durch die
erzwungene Vernichtung einer Masse von Produktivkräften
Annars vegar sigrast hún á þessum kreppum með þvingaðri
eyðileggingu fjölda framleiðsluafla
Andererseits überwindet sie diese Krisen durch die
Eroberung neuer Märkte
Á hinn bóginn sigrar það þessar kreppur með því að leggja
undir sig nýja markaði
Und sie überwindet diese Krisen durch die gründlichere
Ausbeutung der alten Produktivkräfte
og það sigrast á þessum kreppum með því að arðræna gömlu
framleiðsluöflin
Das heißt, indem sie den Weg für umfangreichere und
zerstörerischere Krisen ebnen

Það er að segja með því að ryðja brautina fyrir umfangsmeiri
og eyðileggjandi kreppur
Sie überwindet die Krise, indem sie die Mittel zur
Krisenprävention einschränkt
það sigrast á kreppunni með því að draga úr þeim leiðum sem
hægt er að koma í veg fyrir kreppur
Die Waffen, mit denen die Bourgeoisie den Feudalismus zu
Fall brachte, sind jetzt gegen sich selbst gerichtet
Vopnin sem borgarastéttin notaði til að fella feudalisma til
jarðar snúast nú gegn sjálfri sér
Aber die Bourgeoisie hat nicht nur die Waffen geschmiedet,
die sich selbst den Tod bringen
En borgarastéttin hefur ekki aðeins smíðað vopnin sem færa
henni dauða
Sie hat auch die Männer ins Leben gerufen, die diese
Waffen führen sollen
það hefur einnig kallað fram mennina sem eiga að beita
þessum vopnum
Und diese Männer sind die moderne Arbeiterklasse; Sie
sind die Proletarier
og þessir menn eru nútíma verkalýðsstétt; þeir eru öreigarnir
In dem Maße, wie die Bourgeoisie entwickelt ist, entwickelt
sich auch das Proletariat
Í sama hlutfalli og borgarastéttin þróast, þróast öreigastéttin í
sama hlutfalli
Die moderne Arbeiterklasse entwickelte eine Klasse von
Arbeitern
Nútíma verkalýðsstétt þróaði stétt verkamanna
Diese Klasse von Arbeitern lebt nur so lange, wie sie Arbeit
findet
Þessi stétt verkamanna lifir aðeins svo lengi sem þeir fá vinnu
Und sie finden nur so lange Arbeit, wie ihre Arbeit das
Kapital vermehrt
og þeir fá aðeins vinnu svo lengi sem vinna þeirra eykur
fjármagn

Diese Arbeiter, die sich stückweise verkaufen müssen, sind eine Ware

Þessir verkamenn, sem verða að selja sig smátt og smátt, eru verslunarvara

Diese Arbeiter sind wie jeder andere Handelsartikel

þessir verkamenn eru eins og hver önnur verslunargrein

und sie sind folglich allen Wechselfällen des Wettbewerbs ausgesetzt

og þar af leiðandi verða þeir berskjaldaðir fyrir öllum hverfulleikum samkeppninnar

Sie müssen alle Schwankungen des Marktes überstehen

þeir verða að standast allar sveiflur markaðarins

Aufgrund des umfangreichen Maschineneinsatzes und der Arbeitsteilung

Vegna mikillar notkunar véla og verkaskiptingar

Die Arbeit der Proletarier hat jeden individuellen Charakter verloren

Verk öreiganna hafa glatað öllum einstaklingseinkennum

Und folglich hat die Arbeit der Proletarier für den Arbeiter jeden Reiz verloren

og þar af leiðandi hafa verk öreiganna misst allan þokka fyrir verkamanninn

Er wird zu einem Anhängsel der Maschine und nicht mehr zu dem Mann, der er einmal war

Hann verður viðhengi vélarinnar, frekar en maðurinn sem hann var einu sinni

Nur das einfachste, eintönigste und am leichtesten zu erwerbende Geschick wird von ihm verlangt

Aðeins einfaldasta, einhæfasta og auðveldasta hæfileika hans er krafist af honum

Daher sind die Produktionskosten eines Arbeiters begrenzt

Þess vegna er framleiðslukostnaður verkamanns takmarkaður

sie beschränkt sich fast ausschließlich auf die Mittel zur Bestreitung des Lebensunterhalts, die er zu seinem Unterhalt benötigt

það er nánast eingöngu bundið við þau lífsviðurværi sem
hann þarfnast til framfærslu sinnar
**und sie beschränkt sich auf die Subsistenzmittel, die er zur
Fortpflanzung seiner Rasse benötigt**
og það er takmarkað við lífsviðurværið sem hann þarfnast til
að fjölga kynþætti sínum.
**Aber der Preis einer Ware, also auch der Arbeit, ist gleich
ihren Produktionskosten**
En verð vöru og þar af leiðandi vinnuafls er jafnt
framleiðslukostnaði hennar
**In dem Maße also, wie die Widerwärtigkeit der Arbeit
zunimmt, sinkt der Lohn**
Í réttu hlutfalli við það sem fráhrindandi starfið eykst, lækka
launin
**Ja, die Widerwärtigkeit seiner Arbeit nimmt sogar noch
mehr zu**
Nei, fráhrindandi verk hans aukast enn hraðar
**In dem Maße, wie der Einsatz von Maschinen und die
Arbeitsteilung zunehmen, steigt auch die Last der Arbeit**
Eftir því sem notkun véla og verkaskipting eykst, eykst
erfiðisbyrðin
**Die Arbeitsbelastung wird durch die Verlängerung der
Arbeitszeit erhöht**
Álag stritsins eykst með lengingu vinnutíma
**Dem Arbeiter wird in der gleichen Zeit mehr zugemutet als
zuvor**
Meira er ætlast til af verkamanninum á sama tíma og áður
**Und natürlich wird die Last der Arbeit durch die
Geschwindigkeit der Maschinerie erhöht**
og auðvitað eykst byrði erfiðisins með hraða vélanna
**Die moderne Industrie hat die kleine Werkstatt des
patriarchalischen Meisters in die große Fabrik des
industriellen Kapitalisten verwandelt**
Nútímaiðnaður hefur breytt litlu verkstæði
feðraveldismeistarans í hina miklu verksmiðju
iðnaðarkapítalistans

Massen von Arbeitern, die in die Fabrik gedrängt sind, sind wie Soldaten organisiert

Fjöldi verkamanna, sem hópast saman í verksmiðjunni, er skipulagður eins og hermenn

Als Gefreite der Industriearmee stehen sie unter dem Kommando einer vollkommenen Hierarchie von Offizieren und Unteroffizieren

Sem hermenn iðnaðarhersins eru þeir settir undir stjórn fullkomins stigveldis foringja og liðþjálfa

sie sind nicht nur die Sklaven der Bourgeoisie und des Staates

þeir eru ekki aðeins þrælar borgarastéttarinnar og ríkisins

Aber sie werden auch täglich und stündlich von der Maschine versklavt

en þeir eru líka daglega og á klukkutíma fresti þrælkaðir af vélinni

sie sind Sklaven des Aufsehers und vor allem des einzelnen Bourgeoisie Fabrikanten selbst

þeir eru hnepptir í þrældóm af áhorfandanum og umfram allt af hinum einstaka borgarastéttarframleiðanda sjálfum

Je offener dieser Despotismus den Gewinn als seinen Zweck und sein Ziel proklamiert, desto kleinlicher, verhaßter und verbitterender ist er

Því opinskárra sem þessi einræðisstefna lýsir því yfir að ávinningur sé markmið hans og markmið, því smávægilegri, því hatursfyllri og bitrari er hún

Je mehr sich die moderne Industrie entwickelt, desto geringer sind die Unterschiede zwischen den Geschlechtern

Því meira sem nútímaiðnaður þróast, því minni er munurinn á kynjunum

Je geringer die Geschicklichkeit und Kraftanstrengung der Handarbeit ist, desto mehr wird die Arbeit der Männer von der der Frauen verdrängt

Því minni sem kunnátta og áreynsla af kröftum felst í líkamlegri vinnu, því meira er vinna karla leyst af stað kvenna

Alters- und Geschlechtsunterschiede haben für die Arbeiterklasse keine besondere gesellschaftliche Gültigkeit mehr

Aldurs- og kynmunur hefur ekki lengur neitt sérstakt félagslegt gildi fyrir verkalýðinn

Alle sind Arbeitsinstrumente, die je nach Alter und Geschlecht mehr oder weniger teuer zu gebrauchen sind

Allt eru þau vinnutæki, meira eða minna dýr í notkun, eftir aldri og kyni

sobald der Arbeiter seinen Lohn in bar erhält, wird er von den übrigen Teilen der Bourgeoisie angegriffen

um leið og verkamaðurinn fær laun sín í peningum, þá er hann settur á hann af öðrum hlutum borgarastéttarinnar

der Vermieter, der Ladenbesitzer, der Pfandleiher usw

leigusala, verslunareigandi, veðlánasali o.s.frv

Die unteren Schichten der Mittelschicht; die kleinen Handwerker und Ladenbesitzer

Lægri lög millistéttarinnar; smáverslunarfólkið og verslunareigendurnir

die pensionierten Gewerbetreibenden überhaupt, die Handwerker und Bauern

iðnaðarmenn á eftirlaunum almennt, og handverksmenn og bændur

all dies sinkt allmählich in das Proletariat ein

allt þetta sökkva smám saman í öreigastéttina

theils deshalb, weil ihr winziges Kapital nicht ausreicht für den Maßstab, in dem die moderne Industrie betrieben wird

að hluta til vegna þess að lítið fjármagn þeirra nægir ekki fyrir þann mælikvarða sem nútímaiðnaður er rekinn á

und weil sie in der Konkurrenz mit den Großkapitalisten überschwemmt wird

og vegna þess að það er kaffært í samkeppni við stórkapítalista

zum Teil deshalb, weil ihr spezialisiertes Können durch die neuen Produktionsmethoden wertlos wird

að hluta til vegna þess að sérhæfð kunnátta þeirra er einskis virði með nýjum framleiðsluaðferðum
So rekrutiert sich das Proletariat aus allen Klassen der Bevölkerung
Þannig er öreigastéttin ráðin úr öllum stéttum íbúanna
Das Proletariat durchläuft verschiedene Entwicklungsstufen
Verkalýðurinn gengur í gegnum ýmis þróunarstig
Mit ihrer Geburt beginnt der Kampf mit der Bourgeoisie
Með fæðingu hennar hefst baráttan við borgarastéttina
Zuerst wird der Kampf von einzelnen Arbeitern geführt
Í fyrstu er keppnin háð af einstökum verkamönnum
Dann wird der Kampf von den Arbeitern einer Fabrik ausgetragen
síðan er keppnin haldin áfram af verkamönnum verksmiðjunnar
Dann wird der Kampf von den Arbeitern eines Gewerbes an einem Ort ausgetragen
síðan er keppnin háð af starfsmönnum einnar iðngreinar, á einum stað
und der Kampf richtet sich dann gegen die einzelne Bourgeoisie, die sie direkt ausbeutet
og baráttan er þá gegn einstakri borgarastétt sem arðrænir hana beint
Sie richten ihre Angriffe nicht gegen die Bourgeoisie Produktionsbedingungen
Þeir beina árásum sínum ekki gegn framleiðsluskilyrðum borgarastéttarinnar
aber sie richten ihren Angriff gegen die Produktionsmittel selbst
en þeir beina árás sinni að framleiðslutækjunum sjálfum
Sie vernichten importierte Waren, die mit ihrer Arbeitskraft konkurrieren
þeir eyðileggja innfluttan varning sem keppir við vinnuafl þeirra
Sie zertrümmern Maschinen und setzen Fabriken in Brand
þeir brjóta í sundur vélar og þeir kveikja í verksmiðjum

sie versuchen, den verschwundenen Status des Arbeiters des
Mittelalters mit Gewalt wiederherzustellen
þeir leitast við að endurheimta með valdi horfna stöðu
verkamanns miðalda
In diesem Stadium bilden die Arbeiter noch eine
unzusammenhängende Masse, die über das ganze Land
verstreut ist
Á þessu stigi mynda verkamennirnir enn samhengislausan
massa sem dreifist um allt landið
und sie werden durch ihre gegenseitige Konkurrenz
zerrissen
og þeir eru sundraðir af gagnkvæmri samkeppni sinni
Wenn sie sich irgendwo zu kompakteren Körpern
vereinigen, so ist dies noch nicht die Folge ihrer eigenen
aktiven Vereinigung
Ef þeir sameinast einhvers staðar og mynda þéttari líkama, er
það ekki enn afleiðing af virkri sameiningu þeirra eigin
aber es ist eine Folge der Vereinigung der Bourgeoisie, ihre
eigenen politischen Ziele zu erreichen
en það er afleiðing af sameiningu borgarastéttarinnar, að ná
sínum eigin pólitísku markmiðum
die Bourgeoisie ist gezwungen, das ganze Proletariat in
Bewegung zu setzen
borgarastéttin er neydd til að koma allri öreigastéttinni af stað
und überdies ist die Bourgeoisie eine Zeitlang dazu in der
Lage
og þar að auki getur borgarastéttin gert það um tíma
In diesem Stadium kämpfen die Proletarier also nicht gegen
ihre Feinde
Á þessu stigi berjast öreigarnir því ekki við óvini sína
Stattdessen kämpfen sie gegen die Feinde ihrer Feinde
heldur berjast þeir við óvini óvina sinna
Der Kampf gegen die Überreste der absoluten Monarchie
und die Großgrundbesitzer
berjast við leifar algjörs konungsveldis og landeigenda

**sie bekämpfen die nicht-industrielle Bourgeoisie; das
Kleiliche Bourgeoisie**
þeir berjast gegn borgarastéttinni; smáborgarastéttin
**So ist die ganze historische Bewegung in den Händen der
Bourgeoisie konzentriert**
Þannig er öll sögulega hreyfingin einbeitt í höndum
borgarastéttarinnar
jeder so errungene Sieg ist ein Sieg der Bourgeoisie
sérhver sigur sem þannig fæst er sigur fyrir borgarastéttina
**Aber mit der Entwicklung der Industrie wächst nicht nur die
Zahl des Proletariats**
En með þróun iðnaðarins eykst öreigastéttinni ekki aðeins að
fjölda
**das Proletariat konzentriert sich in größeren Massen und
seine Kraft wächst**
öreigastéttin safnast saman í meiri fjölda og styrkur hans vex
und das Proletariat spürt diese Kraft mehr und mehr
og öreigastéttin finnur fyrir þeim styrk æ meir
**Die verschiedenen Interessen und Lebensbedingungen in
den Reihen des Proletariats gleichen sich mehr und mehr an**
Hinir ýmsu hagsmunir og lífskjör innan raða
öreigastéttarinnar jafnast æ meir
**sie werden in dem Maße größer, wie die Maschinerie alle
Unterschiede der Arbeit verwischt**
þær verða hlutfallslegri eftir því sem vélarnar afmáðu alla
aðgreiningu vinnunnar
**Und die Maschinen senken fast überall die Löhne auf das
gleiche niedrige Niveau**
og vélar næstum alls staðar lækka laun niður í sama lágmark
**Die wachsende Konkurrenz der Bourgeoisie und die daraus
resultierenden Handelskrisen lassen die Löhne der Arbeiter
immer schwankender**
Vaxandi samkeppni meðal borgarastéttarinnar og
viðskiptakreppan sem af henni leiðir, gerir laun verkamanna
sífellt sveiflukenndari

Die unaufhörliche Verbesserung der sich immer schneller
entwickelnden Maschinen macht ihren Lebensunterhalt
immer prekärer
Stöðugar endurbætur á vélbúnaði, sem þróast sífellt hraðar,
gera lífsviðurværi þeirra sífellt ótryggara
die Kollisionen zwischen einzelnen Arbeitern und
einzelnen Bourgeoisien nehmen immer mehr den Charakter
von Zusammenstößen zwischen zwei Klassen an
árekstrar einstakra verkamanna og einstakrar borgarastéttar
taka æ meir á sig einkenni árekstra tveggja stétta
Darauf beginnen die Arbeiter, sich gegen die Bourgeoisie zu
verbünden (Gewerkschaften)
Þá byrja verkamennirnir að mynda samtök (verkalýðsfélög)
gegn borgarastéttinni
Sie schließen sich zusammen, um die Löhne hoch zu halten
þeir slást saman til að halda uppi launum
sie gründeten ständige Vereinigungen, um für diese
gelegentlichen Revolten im voraus Vorsorge zu treffen
þeir stofnuðu varanleg samtök til að gera ráðstafanir fyrir
þessum einstaka uppreisnum
Hier und da bricht der Wettkampf in Ausschreitungen aus
Hér og þar brýst keppnin út í óeirðir
Hin und wieder siegen die Arbeiter, aber nur für eine
gewisse Zeit
Af og til sigra verkamennirnir, en aðeins um tíma
Die wirkliche Frucht ihrer Kämpfe liegt nicht in den
unmittelbaren Ergebnissen, sondern in der immer größer
werdenden Vereinigung der Arbeiter
Hinn raunverulegi ávöxtur baráttu þeirra liggur ekki í
tafarlausum árangri, heldur í sístækkandi sameiningu
verkamanna
Diese Vereinigung wird durch die verbesserten
Kommunikationsmittel unterstützt, die von der modernen
Industrie geschaffen werden
Þetta stéttarfélag nýtur góðs af bættum samskiptaleiðum sem
nútíma iðnaður skapar

Die moderne Kommunikation bringt die Arbeiter
verschiedener Orte miteinander in Kontakt
nútíma samskipti setja starfsmenn mismunandi byggðarlaga í
samband hver við annan
Es war gerade dieser Kontakt, der nötig war, um die
zahlreichen lokalen Kämpfe zu einem nationalen Kampf
zwischen den Klassen zu zentralisieren
Það var einmitt þessi samskipti sem þurfti til að miðstýra
hinum fjölmörgu staðbundnu baráttu í eina þjóðarbaráttu
milli stétta
Alle diese Kämpfe haben den gleichen Charakter, und jeder
Klassenkampf ist ein politischer Kampf
Öll þessi barátta er af sama toga og sérhver stéttabarátta er
pólitísk barátta
die Bürger des Mittelalters mit ihren elenden Landstraßen
brauchten Jahrhunderte, um ihre Vereinigungen zu bilden
borgarar miðalda, með ömurlegum þjóðvegum sínum, þurftu
aldir til að stofna stéttarfélög sín
Die modernen Proletarier erreichen dank der Eisenbahn ihre
Gewerkschaften innerhalb weniger Jahre
nútíma öreiga, þökk sé járnbrautum, ná sambandi sínu innan
fárra ára
Diese Organisation der Proletarier zu einer Klasse formte sie
folglich zu einer politischen Partei
Þessi skipulagning öreiganna í stétt gerði þá þar af leiðandi að
stjórnmálaflokki
Die politische Klasse wird immer wieder durch die
Konkurrenz zwischen den Arbeitern selbst verärgert
Stjórnmálastéttin er sífellt í uppnámi vegna samkeppninnar
milli verkamannanna sjálfra
Aber die politische Klasse erhebt sich weiter, stärker, fester,
mächtiger
En stjórnmálastéttin heldur áfram að rísa upp á ný, sterkari,
ákveðnari, voldugri
Er zwingt zur gesetzgeberischen Anerkennung der
besonderen Interessen der Arbeitnehmer

Það krefst lögbundinnar viðurkenningar á sérstökum
hagsmunum verkafólks
**sie tut dies, indem sie sich die Spaltungen innerhalb der
Bourgeoisie selbst zunutze macht**
það gerir það með því að nýta sér klofninginn meðal
borgarastéttarinnar sjálfrar
**Damit wurde das Zehnstundengesetz in England in Kraft
gesetzt**
Þannig var tíu klukkustunda frumvarpið í Englandi sett í lög
**in vielerlei Hinsicht ist der Zusammenstoß zwischen den
Klassen der alten Gesellschaft ferner der Entwicklungsgang
des Proletariats**
á margan hátt eru árekstur stétta gamla samfélagsins
ennfremur þróunarferill öreigastéttarinnar
Die Bourgeoisie befindet sich in einem ständigen Kampf
Borgarastéttin lendir í stöðugri baráttu
**Zuerst wird sie sich in einem ständigen Kampf mit der
Aristokratie wiederfinden**
Í fyrstu mun það lenda í stöðugri baráttu við aðalinn
**später wird sie sich in einem ständigen Kampf mit diesen
Teilen der Bourgeoisie selbst wiederfinden**
síðar mun hún lenda í stöðugri baráttu við þessa hluta
borgarastéttarinnar sjálfrar
**und ihre Interessen werden dem Fortschritt der Industrie
entgegengesetzt sein**
og hagsmunir þeirra munu hafa orðið andstæðir framförum
iðnaðarins
**zu allen Zeiten werden ihre Interessen mit der Bourgeoisie
fremder Länder in Konflikt geraten sein**
á öllum tímum munu hagsmunir þeirra hafa orðið andstæðir
borgarastétt erlendra landa
**In allen diesen Kämpfen sieht sie sich genötigt, an das
Proletariat zu appellieren, und bittet es um Hilfe**
Í öllum þessum orrustum sér hún sig knúin til að höfða til
öreigastéttarinnar og biður um hjálp hennar

Und so wird sie sich gezwungen sehen, sie in die politische
Arena zu zerren
og þannig mun það finna sig knúið til að draga það inn á
pólitískan vettvang
Die Bourgeoisie selbst versorgt also das Proletariat mit ihren
eigenen Instrumenten der politischen und allgemeinen
Erziehung
Borgarastéttin sjálf sér því öreigastéttinni fyrir sínum eigin
tækjum til pólitískrar og almennrar menntunar
mit anderen Worten, sie liefert dem Proletariat Waffen für
den Kampf gegen die Bourgeoisie
með öðrum orðum, það útvegar öreigastéttinni vopn til að
berjast gegn borgarastéttinni
Ferner werden, wie wir schon gesehen haben, ganze
Schichten der herrschenden Klassen in das Proletariat
hineingestürzt
Ennfremur, eins og við höfum þegar séð, eru heilu hlutar
valdastéttanna steyptir inn í öreigastéttina
der Fortschritt der Industrie saugt sie in das Proletariat
hinein
framgangur iðnaðarins sogar þá inn í öreigastéttina
oder zumindest sind sie in ihren Existenzbedingungen
bedroht
eða að minnsta kosti er þeim ógnað í tilveruskilyrðum sínum
Diese versorgen auch das Proletariat mit frischen Elementen
der Aufklärung und des Fortschritts
Þetta veitir einnig öreigastéttinni nýja þætti uppljómunar og
framfara
Endlich, in Zeiten, in denen sich der Klassenkampf der
entscheidenden Stunde nähert
Að lokum, á tímum þegar stéttabaráttan nálgast
úrslitastundina
Der Auflösungsprozess innerhalb der herrschenden Klasse
Upplausnarferlið sem er í gangi innan valdastéttarinnar

In der Tat wird die Auflösung, die sich innerhalb der
herrschenden Klasse vollzieht, in der gesamten Bandbreite
der Gesellschaft zu spüren sein
í raun mun upplausnin sem á sér stað innan valdastéttarinnar
finnast innan alls samfélagsins
Sie wird einen so gewalttätigen, krassen Charakter
annehmen, dass ein kleiner Teil der herrschenden Klasse
sich selbst abtreibt
hún mun taka á sig svo ofbeldisfullan og áberandi karakter að
lítill hluti valdastéttarinnar sker sig á reki
Und diese herrschende Klasse wird sich der revolutionären
Klasse anschließen
og sú valdastétt mun ganga til liðs við byltingarstéttina
Die revolutionäre Klasse ist die Klasse, die die Zukunft in
ihren Händen hält
byltingarstéttin er sú stétt sem heldur framtíðinni í höndum
sér
Wie in früheren Zeiten ging ein Teil des Adels zur
Bourgeoisie über
Rétt eins og á fyrri tímum fór hluti aðalsmanna yfir til
borgarastéttarinnar
ebenso wird ein Teil der Bourgeoisie zum Proletariat
übergehen
á sama hátt mun hluti borgarastéttarinnar fara yfir til
öreigastéttarinnar
insbesondere wird ein Teil der Bourgeoisie zu einem Teil
der Bourgeoisie Ideologen übergehen
einkum mun hluti borgarastéttarinnar fara yfir til hluta
hugmyndafræðinga borgarastéttarinnar
Bourgeoisie Ideologen, die sich auf die Ebene erhoben
haben, die historische Bewegung als Ganzes theoretisch zu
begreifen
Hugmyndafræðingar borgarastéttarinnar sem hafa lyft sér
upp á það stig að skilja fræðilega sögulegu hreyfinguna í heild
sinni ..

Von allen Klassen, die heute der Bourgeoisie gegenüberstehen, ist das Proletariat allein eine wirklich revolutionäre Klasse

Af öllum þeim stéttum sem standa augliti til auglitis við borgarastéttina í dag er öreigastéttin ein raunveruleg byltingarstétt

Die anderen Klassen zerfallen und verschwinden schließlich im Angesicht der modernen Industrie

Hinar stéttir hnigna og hverfa að lokum andspænis nútímaiðnaði

das Proletariat ist ihr besonderes und wesentliches Produkt

öreigastéttin er sérstök og nauðsynleg afurð hennar

Die untere Mittelschicht, der kleine Fabrikant, der Ladenbesitzer, der Handwerker, der Bauer

Lægri millistétt, smáframleiðandinn, verslunareigandinn, handverksmaðurinn, bóndinn

all diese Kämpfe gegen die Bourgeoisie

öll þessi barátta gegn borgarastéttinni

Sie kämpfen als Fraktionen der Mittelschicht, um sich vor dem Aussterben zu retten

þeir berjast sem brot af millistéttinni til að bjarga sér frá útrýmingu

Sie sind also nicht revolutionär, sondern konservativ

Þeir eru því ekki byltingarsinnaðir, heldur íhaldssamir

Ja, mehr noch, sie sind reaktionär, denn sie versuchen, das Rad der Geschichte zurückzudrehen

Nei, þeir eru afturhaldssamir, því þeir reyna að snúa hjóli sögunnar aftur

Wenn sie zufällig revolutionär sind, so sind sie es nur im Hinblick auf ihre bevorstehende Überführung in das Proletariat

Ef þeir eru byltingarsinnaðir, þá eru þeir það aðeins í ljósi yfirvofandi flutnings þeirra til öreigastéttarinnar

Sie verteidigen also nicht ihre gegenwärtigen, sondern ihre zukünftigen Interessen

þeir verja þannig ekki nútíð sína, heldur framtíðarhagsmuni
sína
sie verlassen ihren eigenen Standpunkt, um sich auf den des
Proletariats zu stellen
þeir yfirgefa eigin afstöðu til að staðsetja sig í stöðu
öreigastéttarinnar
Die »gefährliche Klasse«, der soziale Abschaum, diese
passiv verrottende Masse, die von den untersten Schichten
der alten Gesellschaft abgeworfen wird
"Hættulega stéttin", félagslega skítinn, þessi aðgerðalausi
rotnandi massi sem neðstu lög gamla samfélagsins kasta af sér
sie können hier und da von einer proletarischen Revolution
in die Bewegung hineingerissen werden
Þeir gætu hér og þar hrifist inn í hreyfinguna af öreigabyltingu
Seine Lebensbedingungen bereiten ihn jedoch viel mehr auf
die Rolle eines bestochenen Werkzeugs reaktionärer
Intrigen vor
lífsskilyrði þess búa það hins vegar mun meira undir hlutverk
mútuboðs afturhaldsráðabruggs
In den Verhältnissen des Proletariats sind die Verhältnisse
der alten Gesellschaft im Allgemeinen bereits praktisch
überschwemmt
Í aðstæðum öreigastéttarinnar eru aðstæður gamla
samfélagsins í heild nú þegar nánast yfirfullar
Der Proletarier ist ohne Eigentum
Öreiginn er eignalaus
sein Verhältnis zu Frau und Kindern hat mit den
Familienverhältnissen der Bourgeoisie nichts mehr gemein
tengsl hans við eiginkonu sína og börn eiga ekki lengur neitt
sameiginlegt með fjölskyldutengslum borgarastéttarinnar
moderne industrielle Arbeit, moderne Unterwerfung unter
das Kapital, dasselbe in England wie in Frankreich, in
Amerika wie in Deutschland
nútíma iðnaðarvinnu, nútíma undirgefni við kapítalið, hið
sama í Englandi og Frakklandi, í Ameríku og í Þýskalandi

Seine Stellung in der Gesellschaft hat ihm jede Spur von nationalem Charakter genommen

Ástand hans í samfélaginu hefur svipt hann öllum votti af þjóðerniseðli

Gesetz, Moral, Religion sind für ihn so viele Bourgeoisie Vorurteile

Lög, siðferði, trúarbrögð eru honum svo margir fordómar borgarastéttarinnar

und hinter diesen Vorurteilen lauern ebenso viele Bourgeoisie Interessen

og á bak við þessa fordóma leynast í launsátri jafn margir hagsmunir borgarastéttarinnar

Alle vorhergehenden Klassen, die die Oberhand gewannen, versuchten, ihren bereits erworbenen Status zu festigen

Allar fyrri stéttirnar, sem náðu yfirhöndinni, reyndu að styrkja stöðu sína sem þegar hafði verið áunnin

Sie taten dies, indem sie die Gesellschaft als Ganzes ihren Aneignungsbedingungen unterwarfen

þeir gerðu þetta með því að setja samfélagið í heild undir eignarnámsskilyrði sín

Die Proletarier können nicht Herren der Produktivkräfte der Gesellschaft werden

Öreigarnir geta ekki orðið herrar framleiðsluafla samfélagsins

Sie kann dies nur tun, indem sie ihre eigene bisherige Aneignungsweise abschafft

það getur aðeins gert þetta með því að afnema eigin fyrri aðferð til eignarnáms

Und damit hebt sie auch jede andere bisherige Aneignungsweise auf

og þar með afnemur það einnig allar aðrar fyrri aðferðir við eignarnám

Sie haben nichts Eigenes zu sichern und zu festigen

Þeir hafa ekkert til að tryggja og styrkja

Ihre Aufgabe ist es, alle bisherigen Sicherheiten und Versicherungen für individuelles Eigentum zu vernichten

hlutverk þeirra er að eyðileggja öll fyrri verðbréf fyrir og
tryggingar á eignum einstaklinga
Alle bisherigen historischen Bewegungen waren
Bewegungen von Minderheiten
Allar fyrri sögulegar hreyfingar voru hreyfingar
minnihlutahópa
oder es handelte sich um Bewegungen im Interesse von
Minderheiten
eða þær voru hreyfingar í þágu minnihlutahópa
Die proletarische Bewegung ist die selbstbewusste,
selbständige Bewegung der ungeheuren Mehrheit
Öreigahreyfingin er sjálfsmeðvituð, sjálfstæð hreyfing hins
mikla meirihluta
Und es ist eine Bewegung im Interesse der großen Mehrheit
og það er hreyfing í þágu hins mikla meirihluta
Das Proletariat, die unterste Schicht unserer heutigen
Gesellschaft
Öreigastéttin, lægsta lag nútímasamfélags
Sie kann sich nicht regen oder erheben, ohne daß die ganze
übergeordnete Schicht der offiziellen Gesellschaft in die
Luft geschleudert wird
það getur ekki hrærst eða risið upp án þess að öll yfirlög hins
opinbera samfélags séu sprottin upp í loftið
Der Kampf des Proletariats mit der Bourgeoisie ist, wenn
auch nicht der Substanz nach, doch zunächst ein nationaler
Kampf
Þótt hún sé ekki efnislega en samt í formi, er barátta
öreigastéttarinnar við borgarastéttina í fyrstu þjóðarbarátta
Das Proletariat eines jeden Landes muss natürlich vor allem
mit seiner eigenen Bourgeoisie abrechnen
Öreigastéttin í hverju landi verður að sjálfsögðu fyrst og
fremst að gera upp málin við sína eigin borgarastétt
Indem wir die allgemeinsten Phasen der Entwicklung des
Proletariats schilderten, verfolgten wir den mehr oder
weniger verhüllten Bürgerkrieg

Þegar við lýstum almennustu stigum þróunar
öreigastéttarinnar, raktum við meira og minna dulbúna
borgarastyrjöldina
**Diese Zivilgesellschaft wütet in der bestehenden
Gesellschaft**
þessi borgaralega geisar innan núverandi samfélags
**Er wird bis zu dem Punkt wüten, an dem dieser Krieg in
eine offene Revolution ausbricht**
það mun geisa að því marki að það stríð brýst út í opna
byltingu
**und dann legt der gewaltsame Sturz der Bourgeoisie die
Grundlage für die Herrschaft des Proletariats**
og síðan leggur ofbeldisfullt fall borgarastéttarinnar grunninn
að valdaráði öreigastéttarinnar
**Bisher beruhte jede Gesellschaftsform, wie wir bereits
gesehen haben, auf dem Antagonismus unterdrückender
und unterdrückter Klassen**
Hingað til hafa allar tegundir samfélaga byggst, eins og við
höfum þegar séð, á andstöðu kúgandi og kúgaðra stétta
**Um aber eine Klasse zu unterdrücken, müssen ihr gewisse
Bedingungen zugesichert werden**
En til þess að kúga stétt verður að tryggja henni ákveðin
skilyrði
**Die Klasse muss unter Bedingungen gehalten werden, unter
denen sie wenigstens ihre sklavische Existenz fortsetzen
kann**
Stéttinni verður að halda við aðstæður þar sem hún getur að
minnsta kosti haldið áfram þrælbundinni tilveru sinni
**Der Leibeigene erhob sich in der Zeit der Leibeigenschaft
zum Mitglied der Kommune**
Þjónninn, á tímabili ánauðarinnar, hóf sig upp til aðildar að
kommúnunni
**so wie es dem Kleinbourgeoisie unter dem Joch des
feudalen Absolutismus gelang, sich zur Bourgeoisie zu
entwickeln**

rétt eins og smáborgarastéttinni, undir oki lénsveldisins, tókst
að þróast í borgarastétt
Der moderne Arbeiter dagegen sinkt, anstatt sich mit dem
Fortschritt der Industrie zu erheben, immer tiefer
Nútíma verkamaður, þvert á móti, sekkur dýpra og dýpra í
stað þess að rísa með framförum iðnaðarins
Er sinkt unter die Existenzbedingungen seiner eigenen
Klasse
hann sekkur undir tilveruskilyrði sinnar eigin stéttar
Er wird ein Bettler, und der Pauperismus entwickelt sich
schneller als Bevölkerung und Reichtum
Hann verður fátækur og fátækrahyggja þróast hraðar en
íbúafjöldi og auður
Und hier zeigt sich, dass die Bourgeoisie nicht mehr
geeignet ist, die herrschende Klasse in der Gesellschaft zu
sein
Og hér kemur í ljós, að borgarastéttin er ekki lengur hæf til að
vera valdastétt í þjóðfélaginu
und sie ist ungeeignet, der Gesellschaft ihre
Existenzbedingungen als übergeordnetes Gesetz
aufzuzwingen
og það er óhæft að þröngva tilveruskilyrðum sínum upp á
samfélagið sem æðstu lögmál
Sie ist unfähig zu herrschen, weil sie unfähig ist, ihrem
Sklaven in seiner Sklaverei eine Existenz zu sichern
Það er óhæft til að stjórna vegna þess að það er óhæft til að
tryggja þræli sínum tilveru í þrældómi hans
denn sie kann nicht anders, als ihn in einen solchen Zustand
sinken zu lassen, daß sie ihn ernähren muss, statt von ihm
gefüttert zu werden
vegna þess að það getur ekki annað en látið hann sökkva í
slíkt ástand, að hann verði að fæða hann í stað þess að nærast
af honum
Die Gesellschaft kann nicht länger unter dieser Bourgeoisie
leben
Samfélagið getur ekki lengur lifað undir þessari borgarastétt

Mit anderen Worten, ihre Existenz ist nicht mehr mit der Gesellschaft vereinbar

með öðrum orðum, tilvist þess er ekki lengur samrýmanleg samfélaginu

Die wesentliche Bedingung für die Existenz und die Herrschaft der Bourgeoisie Klasse ist die Bildung und Vermehrung des Kapitals

Grundvallarforsenda tilveru og valdahafa borgarastéttarinnar er myndun og aukning fjármagns

Die Bedingung für das Kapital ist Lohnarbeit

Skilyrði fjármagns er launavinna

Die Lohnarbeit beruht ausschließlich auf der Konkurrenz zwischen den Arbeitern

Launavinna hvílir eingöngu á samkeppni milli verkamanna

Der Fortschritt der Industrie, deren unfreiwilliger Förderer die Bourgeoisie ist, tritt an die Stelle der Isolierung der Arbeiter

Framgangur iðnaðarins, þar sem borgarastéttin er ósjálfráður hvatamaður, kemur í stað einangrunar verkamannanna

durch die Konkurrenz, durch ihre revolutionäre Kombination, durch die Assoziation

vegna samkeppni, vegna byltingarkenndrar samsetningar þeirra, vegna tengsla

Die Entwicklung der modernen Industrie schneidet ihr die Grundlage unter den Füßen weg, auf der die Bourgeoisie Produkte produziert und sich aneignet

Þróun nútímaiðnaðar sker undan fótum hans sjálfan grunninn sem borgarastéttin framleiðir og eignar sér vörur á

Was die Bourgeoisie vor allem produziert, sind ihre eigenen Totengräber

Það sem borgarastéttin framleiðir umfram allt eru eigin grafarar

Der Sturz der Bourgeoisie und der Sieg des Proletariats sind gleichermaßen unvermeidlich

Fall borgarastéttarinnar og sigur öreigastéttarinnar eru jafn óumflýjanleg

Proletarier und Kommunisten
Öreigar og kommúnistar

In welchem Verhältnis stehen die Kommunisten zu den Proletariern insgesamt?

Í hvaða sambandi standa kommúnistar við öreigana í heild?

Die Kommunisten bilden keine eigene Partei, die anderen Arbeiterparteien entgegengesetzt ist

Kommúnistar mynda ekki sérstakan flokk sem er andstæður öðrum verkalýðsflokkum

Sie haben keine Interessen, die von denen des Proletariats als Ganzes getrennt und getrennt sind

Þeir hafa enga hagsmuni aðskilda og aðskilda frá hagsmunum öreigastéttarinnar í heild

Sie stellen keine eigenen sektiererischen Prinzipien auf, nach denen sie die proletarische Bewegung formen und formen könnten

Þeir setja ekki upp neinar eigin sértrúarreglur til að móta og móta öreigahreyfinguna

Die Kommunisten unterscheiden sich von den anderen Arbeiterparteien nur durch zwei Dinge

Kommúnistar eru aðgreindir frá öðrum verkalýðsflokkum með aðeins tvennu

Erstens: Sie weisen auf die gemeinsamen Interessen des gesamten Proletariats hin und bringen sie in den Vordergrund, unabhängig von jeder Nationalität

Í fyrsta lagi benda þeir á og draga fram sameiginlega hagsmuni allrar öreigastéttarinnar, óháð öllu þjóðerni

Das tun sie in den nationalen Kämpfen der Proletarier der verschiedenen Länder

Þetta gera þeir í þjóðernisbaráttu öreiganna í hinum ýmsu löndum

Zweitens vertreten sie immer und überall die Interessen der gesamten Bewegung

Í öðru lagi standa þeir alltaf og alls staðar fyrir hagsmuni hreyfingarinnar í heild

das tun sie in den verschiedenen Entwicklungsstadien, die
der Kampf der Arbeiterklasse gegen die Bourgeoisie zu
durchlaufen hat
þetta gera þeir á hinum ýmsu þróunarstigum, sem barátta
verkalýðsins gegn borgarastéttinni verður að ganga í gegnum
**Die Kommunisten sind also auf der einen Seite praktisch
der fortschrittlichste und entschiedenste Teil der
Arbeiterparteien eines jeden Landes**
Kommúnistar eru því annars vegar í raun framsæknasti og
einbeittasti hluti verkalýðsflokka hvers lands
**Sie sind der Teil der Arbeiterklasse, der alle anderen
vorantreibt**
þeir eru sá hluti verkalýðsins sem ýtir öllum öðrum áfram
**Theoretisch haben sie auch den Vorteil, dass sie die
Marschlinie klar verstehen**
Fræðilega séð hafa þeir einnig þann kost að skilja vel
göngulínuna
**Das verstehen sie besser im Vergleich zu der großen Masse
des Proletariats**
Þetta skilja þeir betur í samanburði við mikinn fjölda
öreigastéttarinnar
**Sie verstehen die Bedingungen und die letzten allgemeinen
Ergebnisse der proletarischen Bewegung**
þeir skilja aðstæður og endanlegan almennan árangur
öreigahreyfingarinnar
**Das unmittelbare Ziel des Kommunisten ist dasselbe wie
das aller anderen proletarischen Parteien**
Markmið kommúnista er hið sama og allra annarra
öreigaflokka
Ihr Ziel ist die Formierung des Proletariats zu einer Klasse
markmið þeirra er að móta öreigastéttina í stétt
**sie zielen darauf ab, die Vorherrschaft der Bourgeoisie zu
stürzen**
þeir stefna að því að steypa yfirráðum borgarastéttarinnar af
stóli

das Streben nach politischer Machteroberung durch das Proletariat

baráttan fyrir því að öreigastéttin nái pólitísku valdi

Die theoretischen Schlußfolgerungen der Kommunisten beruhen in keiner Weise auf Ideen oder Prinzipien der Reformer

Fræðilegar niðurstöður kommúnista eru á engan hátt byggðar á hugmyndum eða meginreglum umbótasinna

es waren keine Möchtegern-Universalreformer, die die theoretischen Schlussfolgerungen der Kommunisten erfunden oder entdeckt haben

það voru ekki almennir umbótasinnar sem fundu upp eða uppgötvuðu fræðilegar niðurstöður kommúnista

Sie drücken lediglich in allgemeinen Begriffen tatsächliche Verhältnisse aus, die aus einem bestehenden Klassenkampf hervorgehen

Þær lýsa aðeins almennum orðum raunverulegum tengslum sem spretta af núverandi stéttabaráttu

Und sie beschreiben die historische Bewegung, die sich unter unseren Augen abspielt und die diesen Klassenkampf hervorgebracht hat

og þeir lýsa þeirri sögulegu hreyfingu sem er í gangi fyrir augum okkar og hefur skapað þessa stéttabaráttu

Die Abschaffung bestehender Eigentumsverhältnisse ist keineswegs ein charakteristisches Merkmal des Kommunismus

Afnám núverandi eignatengsla er alls ekki sérkenni kommúnismans

Alle Eigentumsverhältnisse in der Vergangenheit waren einem ständigen historischen Wandel unterworfen

Öll eignatengsl í fortíðinni hafa stöðugt verið háð sögulegum breytingum

Und diese Veränderungen waren eine Folge der Veränderung der historischen Bedingungen

og þessar breytingar voru í kjölfar breytinga á sögulegum aðstæðum

Die Französische Revolution zum Beispiel schaffte das Feudaleigentum zugunsten des Bourgeoisie Eigentums ab

Franska byltingin afnam til dæmis lénseignir í þágu borgarastéttareigna

Das Unterscheidungsmerkmal des Kommunismus ist nicht die Abschaffung des Eigentums im Allgemeinen

Það sem einkennir kommúnisma er ekki afnám eigna, almennt

aber das Unterscheidungsmerkmal des Kommunismus ist die Abschaffung des Bourgeoisie Eigentums

en það sem einkennir kommúnisma er afnám eigna borgarastéttarinnar

Aber das Privateigentum der modernen Bourgeoisie ist der letzte und vollständigste Ausdruck des Systems der Produktion und Aneignung von Produkten

En nútíma borgarastétt einkaeignar er endanleg og fullkomnasta tjáning kerfisins til að framleiða og eigna sér vörur

Es ist der Endzustand eines Systems, das auf Klassengegensätzen beruht, wobei der Klassenantagonismus die Ausbeutung der Vielen durch die Wenigen ist

það er lokaástand kerfis sem byggir á stéttaandstæðum, þar sem stéttaandstæður eru arðrán hinna mörgu af fáum

In diesem Sinne läßt sich die Theorie der Kommunisten in einem einzigen Satz zusammenfassen; die Abschaffung des Privateigentums

Í þessum skilningi má draga kenningu kommúnista saman í einni setningu; afnám einkaeignarréttar

Uns Kommunisten hat man vorgeworfen, das Recht auf persönlichen Eigentumserwerb abschaffen zu wollen

Við kommúnistar höfum verið ávítaðir fyrir að vilja afnema réttinn til að eignast eignir persónulega

Es wird behauptet, dass diese Eigenschaft die Frucht der eigenen Arbeit eines Menschen ist

Því er haldið fram að þessi eign sé ávöxtur vinnu mannsins sjálfs

Und diese Eigenschaft soll die Grundlage aller persönlichen Freiheit, Aktivität und Unabhängigkeit sein.

og þessi eign er sögð vera grundvöllur alls persónulegs frelsis, athafna og sjálfstæðis.

"Hart erkämpftes, selbst erworbenes, selbst verdientes Eigentum!"

"Erfið, sjálfáunnin, sjálfunnin eign!"

Meinst du das Eigentum des kleinen Handwerkers und des Kleinbauern?

Áttu við eign smáhandverksmannsins og smábóndans?

Meinen Sie eine Form des Eigentums, die der Bourgeoisie Form vorausging?

Ertu að meina eignaform sem var á undan borgarastéttarforminu?

Es ist nicht nötig, sie abzuschaffen, die Entwicklung der Industrie hat sie zum großen Teil bereits zerstört

Það er óþarfi að afnema það, þróun iðnaðar hefur að miklu leyti þegar eyðilagt það

Und die Entwicklung der Industrie zerstört sie immer noch täglich

og þróun iðnaðar eyðileggur það enn daglega

Oder meinen Sie das moderne Bourgeoisie Privateigentum?

Eða meinarðu nútíma borgarastétt einkaeign?

Aber schafft die Lohnarbeit irgendein Eigentum für den Arbeiter?

En skapar launavinnan einhverjar eignir fyrir verkamanninn?

Nein, die Lohnarbeit schafft nicht ein bisschen von dieser Art von Eigentum!

Nei, launavinna skapar ekki eitt einasta af slíkri eign!

Was Lohnarbeit schafft, ist Kapital; jene Art von Eigentum, das Lohnarbeit ausbeutet

það sem laun vinna skapar er fjármagn; þess konar eign sem arðrænir launavinnu

Das Kapital kann sich nur unter der Bedingung vermehren, daß es ein neues Angebot an Lohnarbeit für neue Ausbeutung erzeugt

Fjármagn getur ekki aukist nema með því skilyrði að það sé
nýtt framboð af launavinnu til nýrrar arðráns
Das Eigentum in seiner jetzigen Form beruht auf dem
Antagonismus von Kapital und Lohnarbeit
Eignin, í núverandi mynd, byggist á andstæðum fjármagns og
launavinnu
Betrachten wir beide Seiten dieses Antagonismus
Við skulum skoða báðar hliðar þessarar andstæðu
Kapitalist zu sein bedeutet nicht nur, einen rein
persönlichen Status zu haben
Að vera kapítalisti er ekki aðeins að hafa eingöngu
persónulega stöðu
Stattdessen bedeutet Kapitalist zu sein auch, einen sozialen
Status in der Produktion zu haben
þess í stað er það að vera kapítalisti líka að hafa félagslega
stöðu í framleiðslu
weil Kapital ein kollektives Produkt ist; Nur durch das
gemeinsame Handeln vieler Mitglieder kann sie in Gang
gesetzt werden
vegna þess að fjármagn er sameiginleg afurð; aðeins með
sameinuðum aðgerðum margra aðildarríkja er hægt að hrinda
henni af stað
Aber dieses gemeinsame Handeln ist der letzte Ausweg und
erfordert eigentlich alle Mitglieder der Gesellschaft
En þessi sameinaða aðgerð er síðasta úrræðið og krefst í raun
allra þjóðfélagsþegna
Das Kapital verwandelt sich in das Eigentum aller
Mitglieder der Gesellschaft
Fjármagni breytist í eign allra þjóðfélagsþegna
aber das Kapital ist also keine persönliche Macht; Es ist eine
gesellschaftliche Macht
en fjármagnið er því ekki persónulegt vald; það er félagslegt
vald
Wenn also Kapital in gesellschaftliches Eigentum
umgewandelt wird, so verwandelt sich dadurch nicht
persönliches Eigentum in gesellschaftliches Eigentum

þannig að þegar fjármagni er breytt í félagslega eign er
persónulegum eignum ekki þar með breytt í félagslega eign
**Nur der gesellschaftliche Charakter des Eigentums wird
verändert und verliert seinen Klassencharakter**
Það er aðeins félagslegt eðli eignarinnar sem breytist og glatar
stéttareðli sínu
Betrachten wir nun die Lohnarbeit
Lítum nú á launavinnu
**Der Durchschnittspreis der Lohnarbeit ist der Mindestlohn,
d.h. das Quantum der Lebensmittel**
Meðalverð launavinnu er lágmarkslaun, þ.e.a.s. magn
lífsviðurværis
**Dieser Lohn ist für die bloße Existenz als Arbeiter absolut
notwendig**
Þessi laun eru algerlega nauðsynleg í berri tilveru sem
verkamaður
**Was sich also der Lohnarbeiter durch seine Arbeit aneignet,
genügt nur, um ein bloßes Dasein zu verlängern und zu
reproduzieren**
Það sem launamaðurinn tileinkar sér með vinnu sinni, nægir
því aðeins til að lengja og endurskapa nakna tilveru
**Wir beabsichtigen keineswegs, diese persönliche
Aneignung der Arbeitsprodukte abzuschaffen**
Við ætlum alls ekki að afnema þessa persónulegu eignun á
afurðum vinnunnar
**eine Aneignung, die für die Erhaltung und Reproduktion
des menschlichen Lebens bestimmt ist**
fjárveiting sem er gerð til viðhalds og æxlunar mannlegs lífs
**Eine solche persönliche Aneignung der Arbeitsprodukte
lässt keinen Überschuss übrig, mit dem man die Arbeit
anderer befehlen könnte**
slík persónuleg eignun vinnuafurða skilur ekki eftir sig neinn
afgang til að ráða yfir vinnu annarra
**Alles, was wir beseitigen wollen, ist der erbärmliche
Charakter dieser Aneignung**

Það eina sem við viljum útrýma er ömurlegt eðli þessarar eignarnáms

die Aneignung, unter der der Arbeiter lebt, bloß um das Kapital zu vermehren

eignarnámið sem verkamaðurinn lifir á aðeins til að auka fjármagn

Er darf nur leben, soweit es das Interesse der herrschenden Klasse erfordert

honum er aðeins leyft að lifa að svo miklu leyti sem hagsmunir valdastéttarinnar krefjast þess

In der Bourgeoisie Gesellschaft ist die lebendige Arbeit nur ein Mittel, um die akkumulierte Arbeit zu vermehren

Í borgarastéttarsamfélagi er lifandi vinna aðeins leið til að auka uppsafnað vinnuafl

In der kommunistischen Gesellschaft ist die akkumulierte Arbeit nur ein Mittel, um die Existenz des Arbeiters zu erweitern, zu bereichern und zu fördern

Í kommúnísku samfélagi er uppsöfnuð vinna aðeins leið til að breikka, auðga og efla tilveru verkamannsins

In der Bourgeoisie Gesellschaft dominiert daher die Vergangenheit die Gegenwart

Í borgarastéttarsamfélaginu ræður fortíðin því ríkjum í nútíðinni

In der kommunistischen Gesellschaft dominiert die Gegenwart die Vergangenheit

í kommúnísku samfélagi ræður nútíðin ríkjum í fortíðinni

In der Bourgeoisie Gesellschaft ist das Kapital unabhängig und hat Individualität

Í borgarastéttarsamfélaginu er fjármagnið sjálfstætt og hefur sérstöðu

In der Bourgeoisie Gesellschaft ist der lebende Mensch abhängig und hat keine Individualität

Í borgarastéttarsamfélaginu er lifandi manneskjan háð og hefur enga einstaklingsstöðu

**Und die Abschaffung dieses Zustandes wird von der
Bourgeoisie als Abschaffung der Individualität und Freiheit
bezeichnet!**
Og afnám þessa ástands er kallað af borgarastéttinni, afnám
einstaklingshyggju og frelsis!
**Und man nennt sie mit Recht die Abschaffung von
Individualität und Freiheit!**
Og það er réttilega kallað afnám einstaklingshyggju og frelsis!
**Der Kommunismus strebt die Abschaffung der Bourgeoisie
Individualität an**
Kommúnisminn stefnir að afnámi einstaklingshyggju
borgarastéttarinnar
**Der Kommunismus strebt die Abschaffung der
Unabhängigkeit der Bourgeoisie an**
Kommúnisminn ætlar að afnema sjálfstæði
borgarastéttarinnar
**Die BourgeoisieFreiheit ist zweifellos das, was der
Kommunismus anstrebt**
Frelsi borgarastéttarinnar er án efa það sem kommúnisminn
stefnir að
**unter den gegenwärtigen Bourgeoisie
Produktionsbedingungen bedeutet Freiheit freien Handel,
freien Verkauf und freien Kauf**
við núverandi framleiðsluskilyrði borgarastéttarinnar þýðir
frelsi frjáls viðskipti, frjáls sala og kaup
**Aber wenn das Verkaufen und Kaufen verschwindet,
verschwindet auch das freie Verkaufen und Kaufen**
En ef sala og kaup hverfa hverfur frjáls sala og kaup líka
**"Mutige Worte" der Bourgeoisie über den freien Verkauf
und Kauf haben nur eine begrenzte Bedeutung**
"hugrökk orð" borgarastéttarinnar um frjálsa sölu og kaup
hafa aðeins merkingu í takmörkuðum skilningi
**Diese Worte haben nur im Gegensatz zu eingeschränktem
Verkauf und Kauf eine Bedeutung**
Þessi orð hafa aðeins merkingu öfugt við takmarkaða sölu og
kaup

und diese Worte haben nur dann eine Bedeutung, wenn sie auf die gefesselten Händler des Mittelalters angewandt werden

og þessi orð hafa aðeins merkingu þegar þau eru notuð um fjötra kaupmenn miðalda

und das setzt voraus, dass diese Worte überhaupt eine Bedeutung im Bourgeoisie Sinne haben

og það gerir ráð fyrir að þessi orð hafi jafnvel merkingu í borgarastéttarlegum skilningi

aber diese Worte haben keine Bedeutung, wenn sie gebraucht werden, um sich gegen die kommunistische Abschaffung des Kaufens und Verkaufens zu wehren

en þessi orð hafa enga merkingu þegar þau eru notuð til að berjast gegn afnámi kommúnista á kaupum og sölu

die Worte haben keine Bedeutung, wenn sie gebraucht werden, um sich gegen die Abschaffung der Bourgeoisie Produktionsbedingungen zu wehren

orðin hafa enga merkingu þegar þau eru notuð til að berjast gegn því að framleiðsluskilyrði borgarastéttarinnar verði afnumin

und sie haben keine Bedeutung, wenn sie benutzt werden, um sich gegen die Abschaffung der Bourgeoisie selbst zu wehren

og þeir hafa enga merkingu þegar þeir eru notaðir til að berjast gegn því að borgarastéttin sjálf verði afnumin

Sie sind entsetzt über unsere Absicht, das Privateigentum abzuschaffen

Þú ert skelfingu lostinn yfir því að við ætlum að afnema einkaeign

Aber in eurer jetzigen Gesellschaft ist das Privateigentum für neun Zehntel der Bevölkerung bereits abgeschafft

En í núverandi samfélagi þínu er einkaeign þegar afnumin fyrir níu tíundu hluta íbúanna

Die Existenz des Privateigentums für einige wenige beruht einzig und allein darauf, dass es in den Händen von neun Zehnteln der Bevölkerung nicht existiert

Tilvist einkaeignar fárra stafar eingöngu af því að hún er ekki
til í höndum níu tíundu hluta íbúanna
**Sie werfen uns also vor, daß wir eine Form des Eigentums
abschaffen wollen**
Þú átelur okkur því að ætla að afnema eignaform
**Aber das Privateigentum erfordert für die ungeheure
Mehrheit der Gesellschaft die Nichtexistenz jeglichen
Eigentums**
en einkaeign krefst þess að gríðarlegur meirihluti samfélagsins
sé ekki til nokkurrar eignar
**Mit einem Wort, Sie werfen uns vor, daß wir Ihr Eigentum
beseitigen wollen**
Í einu orði, þú átelur okkur fyrir að ætla að leggja niður eignir
þínar
**Und genau so ist es; Ihr Eigentum abzuschaffen, ist genau
das, was wir beabsichtigen**
Og það er einmitt svo; að losa sig við eignina þína er einmitt
það sem við ætlum okkur
**Von dem Augenblick an, wo die Arbeit nicht mehr in
Kapital, Geld oder Rente verwandelt werden kann**
Frá því augnabliki þegar ekki er lengur hægt að breyta vinnu í
fjármagn, peninga eða leigu
**wenn die Arbeit nicht mehr in eine gesellschaftliche Macht
umgewandelt werden kann, die monopolisiert werden kann**
þegar ekki er lengur hægt að breyta vinnuaflinu í félagslegt
vald sem hægt er að einoka
**von dem Augenblick an, wo das individuelle Eigentum
nicht mehr in Bourgeoisie Eigentum verwandelt werden
kann**
frá því augnabliki þegar ekki er lengur hægt að breyta
einstaklingseign í borgarastéttareign
**von dem Augenblick an, wo das individuelle Eigentum
nicht mehr in Kapital verwandelt werden kann**
frá því augnabliki þegar ekki er lengur hægt að breyta
einstökum eignum í fjármagn

Von diesem Moment an sagst du, dass die Individualität verschwindet
Frá þeirri stundu segir þú að einstaklingshyggjan hverfi
Sie müssen also gestehen, daß Sie mit »Individuum« keine andere Person meinen als die Bourgeoisie
Þú verður því að játa að með "einstaklingi" átt þú ekki við neina aðra persónu en borgarastéttina
Sie müssen zugeben, dass es sich speziell auf den Bourgeoisie Eigentümer von Immobilien bezieht
Þú verður að játa að það vísar sérstaklega til millistéttareiganda eigna
Diese Person muss in der Tat aus dem Weg geräumt und unmöglich gemacht werden
Þessari manneskju verður að vísu að vera sópað úr vegi og gerð ómöguleg
Der Kommunismus beraubt niemanden der Macht, sich die Produkte der Gesellschaft anzueignen
Kommúnismi sviptir engan mann valdi til að eigna sér afurðir samfélagsins
Alles, was der Kommunismus tut, ist, ihm die Macht zu nehmen, die Arbeit anderer durch eine solche Aneignung zu unterjochen
það eina sem kommúnisminn gerir er að svipta hann valdinu til að leggja undir sig vinnu annarra með slíkri eignun
Man hat eingewendet, daß mit der Abschaffung des Privateigentums alle Arbeit aufhören werde
Því hefur verið mótmælt að við afnám einkaeignarréttar muni öll vinna hætta
Und dann wird suggeriert, dass uns die universelle Faulheit überwältigen wird
og því er síðan gefið í skyn að alheims leti muni ná okkur
Demnach hätte die BourgeoisieGesellschaft schon längst vor lauter Müßiggang vor die Hunde gehen müssen
Samkvæmt þessu hefði borgarastéttin fyrir löngu átt að fara í hundana af einskæru iðjuleysi

denn diejenigen ihrer Mitglieder, die arbeiten, erwerben nichts

vegna þess að þeir meðlimir þess sem vinna, eignast ekkert

und diejenigen von ihren Mitgliedern, die etwas erwerben, arbeiten nicht

og þeir meðlimir þess sem eignast eitthvað, vinna ekki

Der ganze Einwand ist nur ein weiterer Ausdruck der Tautologie

Öll þessi andmæli eru aðeins enn ein tjáning tautologiarinnar

Es kann keine Lohnarbeit mehr geben, wenn es kein Kapital mehr gibt

það getur ekki lengur verið nein launavinna þegar ekkert fjármagn er lengur til

Es gibt keinen Unterschied zwischen materiellen und mentalen Produkten

Það er enginn munur á efnislegum vörum og hugrænum afurðum

Der Kommunismus schlägt vor, dass beides auf die gleiche Weise produziert wird

Kommúnisminn leggur til að hvort tveggja sé framleitt á sama hátt

aber die Einwände gegen die kommunistischen Produktionsweisen sind dieselben

en andmælin gegn kommúnískum aðferðum við að framleiða þetta eru þau sömu

Für die Bourgeoisie ist das Verschwinden des Klasseneigentums das Verschwinden der Produktion selbst

fyrir borgarastéttina er hvarf stéttaeignarinnar hvarf framleiðslunnar sjálfrar

So ist für ihn das Verschwinden der Klassenkultur identisch mit dem Verschwinden aller Kultur

þannig að hvarf stéttarmenningarinnar er fyrir honum eins og hvarf allrar menningar

Diese Kultur, deren Verlust er beklagt, ist für die überwiegende Mehrheit ein bloßes Training, um als Maschine zu agieren

Sú menning, sem hann harmar, er fyrir gríðarlegan meirihluta aðeins þjálfun til að starfa sem vél

Die Kommunisten haben die Absicht, die Kultur des Bourgeoisie Eigentums abzuschaffen

Kommúnistar ætla sér mjög að afnema menningu borgarastéttarinnar

Aber zankt euch nicht mit uns, solange ihr den Maßstab eurer Bourgeoisie Vorstellungen von Freiheit, Kultur, Recht usw. anlegt

En ekki rífast við okkur svo lengi sem þú beitir mælikvarða borgarastéttarinnar hugmynda þinna um frelsi, menningu, lög o.s.frv

Eure Ideen selbst sind nur die Auswüchse der Bedingungen eurer Bourgeoisie Produktion und eures Bourgeoisie Eigentums

Sjálfar hugmyndir þínar eru aðeins afrakstur skilyrða borgarastéttarframleiðslu þinnar og borgarastéttareigna

so wie eure Jurisprudenz nichts anderes ist als der Wille eurer Klasse, der zum Gesetz für alle gemacht wurde

alveg eins og lögfræði þín er aðeins vilji stéttar þinnar gerður að lögum fyrir alla

Der wesentliche Charakter und die Richtung dieses Willens werden durch die ökonomischen Bedingungen bestimmt, die Ihre soziale Klasse schafft

Grundvallareðli og stefna þessa vilja ræðst af efnahagslegum aðstæðum sem þjóðfélagsstéttin skapar

Der selbstsüchtige Irrtum, der dich veranlaßt, soziale Formen in ewige Gesetze der Natur und der Vernunft zu verwandeln

Eigingjarn misskilningur sem fær þig til að umbreyta félagslegum formum í eilíf lögmál náttúrunnar og skynseminnar

die gesellschaftlichen Formen, die aus eurer gegenwärtigen Produktionsweise und Eigentumsform entspringen

félagslegu formin sem spretta upp úr núverandi framleiðsluhætti þínum og eignaformi

historische Beziehungen, die im Fortschritt der Produktion auf- und verschwinden

söguleg tengsl sem rísa og hverfa í framvindu framleiðslunnar

Dieses Missverständnis teilt ihr mit jeder herrschenden Klasse, die euch vorausgegangen ist

þennan misskilning sem þú deilir með öllum valdastéttum sem hafa verið á undan þér

Was Sie bei antikem Eigentum klar sehen, was Sie bei feudalem Eigentum zugeben

Það sem þú sérð greinilega þegar um fornar eignir er að ræða, það sem þú viðurkennir þegar um lénseign er að ræða

diese Dinge dürfen Sie natürlich nicht zugeben, wenn es sich um Ihre eigene BourgeoisieEigentumsform handelt

þessu er yður auðvitað bannað að viðurkenna þegar um er að ræða eigið borgarastéttarform

Abschaffung der Familie! Selbst die Radikalsten entrüsten sich über diesen infamen Vorschlag der Kommunisten

Afnám fjölskyldunnar! Jafnvel róttækustu blossa upp við þessa alræmdu tillögu kommúnista

Auf welcher Grundlage beruht die heutige Familie, die BourgeoisieFamilie?

Á hvaða grunni er núverandi fjölskylda, borgarastéttarfjölskyldan?

Die Gründung der heutigen Familie beruht auf Kapital und privatem Gewinn

Grundvöllur núverandi fjölskyldu byggist á fjármagni og einkagróða

In ihrer voll entwickelten Form existiert diese Familie nur unter der Bourgeoisie

Í sinni fullkomnu mynd er þessi fjölskylda aðeins til meðal borgarastéttarinnar

Dieser Zustand der Dinge findet seine Ergänzung in der praktischen Abwesenheit der Familie bei den Proletariern

Þetta ástand á sér uppbót í raunhæfri fjarveru fjölskyldunnar meðal öreiganna

Dieser Zustand ist in der öffentlichen Prostitution zu finden

Þetta ástand er að finna í opinberu vændi

**Die BourgeoisieFamilie wird wie selbstverständlich
verschwinden, wenn ihr Komplement verschwindet**

Borgarastéttarfjölskyldan mun hverfa sjálfsagður þegar fylgi
hennar hverfur

**Und beides wird mit dem Verschwinden des Kapitals
verschwinden**

og báðir þessir vilja munu hverfa með brotthvarfi
fjármagnsins

**Werfen Sie uns vor, dass wir die Ausbeutung von Kindern
durch ihre Eltern stoppen wollen?**

Ásakar þú okkur um að vilja stöðva misnotkun foreldra þeirra
á börnum?

Diesem Verbrechen bekennen wir uns schuldig

Um þennan glæp játum við sök

**Aber, werden Sie sagen, wir zerstören die heiligsten
Beziehungen, wenn wir die häusliche Erziehung durch die
soziale Erziehung ersetzen**

En þú munt segja, við eyðileggjum helgustu samskiptin, þegar
við skiptum út heimakennslu fyrir félagsfræðslu

**Ist Ihre Erziehung nicht auch sozial? Und wird sie nicht von
den gesellschaftlichen Bedingungen bestimmt, unter denen
man erzieht?**

Er menntun þín ekki líka félagsleg? Og ræðst það ekki af
félagslegum aðstæðum sem þú menntar þig við?

**durch direkte oder indirekte Eingriffe in die Gesellschaft,
durch Schulen usw.**

með íhlutun, beinni eða óbeinni, af samfélaginu, með skólum
o.s.frv.

**Die Kommunisten haben die Einmischung der Gesellschaft
in die Erziehung nicht erfunden**

Kommúnistar hafa ekki fundið upp afskipti samfélagsins af
menntun

**Sie versuchen lediglich, den Charakter dieses Eingriffs zu
ändern**

þeir leitast aðeins við að breyta eðli þeirrar íhlutunar

Und sie versuchen, das Bildungswesen vor dem Einfluss der herrschenden Klasse zu retten

og þeir leitast við að bjarga menntun frá áhrifum valdastéttarinnar

Die Bourgeoisie spricht von der geheiligten Beziehung von Eltern und Kind

Borgarastéttin talar um heilagt samband foreldris og barns

aber dieses Geschwätz über die Familie und die Erziehung wird um so widerwärtiger, wenn wir die moderne Industrie betrachten

en þessi klappgildra um fjölskylduna og menntun verður þeim mun ógeðslegri þegar við lítum á nútímaiðnað

Alle Familienbande unter den Proletariern werden durch die moderne Industrie zerrissen

Öll fjölskyldubönd öreiganna eru slitin í sundur af nútíma iðnaði

ihre Kinder werden zu einfachen Handelsartikeln und Arbeitsinstrumenten

börnum þeirra er breytt í einfaldar verslunarvörur og vinnutæki

Aber ihr Kommunisten würdet eine Gemeinschaft von Frauen schaffen, schreit die ganze Bourgeoisie im Chor

En þið kommúnistar mynduð búa til samfélag kvenna, öskrar öll borgarastéttin í kór

Die Bourgeoisie sieht in seiner Frau ein bloßes Produktionsinstrument

Borgarastéttin sér í konu sinni aðeins framleiðslutæki

Er hört, dass die Produktionsmittel von allen ausgebeutet werden sollen

Hann heyrir að allir eigi að nýta framleiðslutækin

Und natürlich kann er zu keinem anderen Schluß kommen, als daß das Los, allen gemeinsam zu sein, auch den Frauen zufallen wird

og að sjálfsögðu getur hann ekki komist að annarri niðurstöðu en þeirri að hlutskipti þess að vera sameiginlegur öllum muni sömuleiðis falla á konur

Er hat nicht einmal den geringsten Verdacht, dass es in Wirklichkeit darum geht, die Stellung der Frau als bloße Produktionsinstrumente abzuschaffen

Hann hefur ekki einu sinni grun um að raunverulegi tilgangurinn sé að afnema stöðu kvenna sem eingöngu framleiðslutæki

Im übrigen ist nichts lächerlicher als die tugendhafte Empörung unserer Bourgeoisie über die Gemeinschaft der Frauen

Að öðru leyti er ekkert fáránlegra en dyggðug reiði borgarastéttarinnar á samfélagi kvenna

sie tun so, als ob sie von den Kommunisten offen und offiziell eingeführt werden sollte

þeir láta eins og það eigi að vera opinberlega stofnað af kommúnistum

Die Kommunisten haben es nicht nötig, die Gemeinschaft der Frauen einzuführen, sie existiert fast seit undenklichen Zeiten

Kommúnistar hafa enga þörf fyrir að innleiða samfélag kvenna, það hefur verið til nánast frá örófi alda

Unsere Bourgeoisie begnügt sich nicht damit, die Frauen und Töchter ihrer Proletarier zur Verfügung zu haben

Borgarastétt okkar lætur sér ekki nægja að hafa eiginkonur og dætur öreiganna til ráðstöfunar

Sie haben das größte Vergnügen daran, ihre Frauen gegenseitig zu verführen

þau hafa mesta ánægju af því að tæla eiginkonur hvors annars

Und das ist noch nicht einmal von gewöhnlichen Prostituierten zu sprechen

og þá er ekki einu sinni talað um venjulegar vændiskonur

Die BourgeoisieEhe ist in Wirklichkeit ein System gemeinsamer Ehefrauen

Hjónaband borgarastéttarinnar er í raun sameiginlegt kerfi eiginkvenna

dann gibt es eine Sache, die man den Kommunisten vielleicht vorwerfen könnte

þá er eitt sem kommúnistar gætu hugsanlega verið ásakaðir
um
**Sie wollen eine offen legalisierte Gemeinschaft von Frauen
einführen**
þær þrá að koma á fót opinberlega lögleiddu samfélagi
kvenna
statt einer heuchlerisch verhüllten Gemeinschaft von Frauen
frekar en hræsnisfullt hulið samfélag kvenna
**Die Gemeinschaft der Frauen, die aus dem
Produktionssystem hervorgegangen ist**
samfélag kvenna sem sprettur upp úr framleiðslukerfinu
**Schafft das Produktionssystem ab, und ihr schafft die
Gemeinschaft der Frauen ab**
afnema framleiðslukerfið og þú afnemur samfélag kvenna
**Sowohl die öffentliche Prostitution als auch die private
Prostitution wird abgeschafft**
bæði opinbert vændi er afnumið og einkavændi
**Den Kommunisten wird noch dazu vorgeworfen, sie wollten
Länder und Nationalitäten abschaffen**
Kommúnistar eru ennfremur ávítaðir fyrir að vilja afnema
lönd og þjóðerni
**Die Arbeiter haben kein Vaterland, also können wir ihnen
nicht nehmen, was sie nicht haben**
Vinnandi menn eiga ekkert land, svo við getum ekki tekið frá
þeim það sem þeir hafa ekki fengið
**Das Proletariat muss vor allem die politische Herrschaft
erlangen**
öreigastéttin verður fyrst og fremst að öðlast pólitísk yfirráð
**Das Proletariat muss sich zur führenden Klasse der Nation
erheben**
öreigastéttin verður að rísa upp og verða forystustétt
þjóðarinnar
Das Proletariat muss sich zur Nation konstituieren
öreigastéttin verður að gera sig að þjóð
**sie ist bis jetzt selbst national, wenn auch nicht im
Bourgeoisie Sinne des Wortes**

hún er enn sem komið er sjálf þjóðleg, þó ekki í
borgarastéttarlegum skilningi þess orðs
**Nationale Unterschiede und Gegensätze zwischen den
Völkern verschwinden täglich mehr und mehr**
Þjóðernismunur og andstæður milli þjóða hverfa daglega
meira og meira
**der Entwicklung der Bourgeoisie, der Freiheit des Handels,
des Weltmarktes**
vegna þróunar borgarastéttarinnar, viðskiptafrelsis,
heimsmarkaðarins
**zur Gleichförmigkeit der Produktionsweise und der ihr
entsprechenden Lebensbedingungen**
einsleitni í framleiðsluháttum og lífsskilyrðum sem þeim
fylgja
**Die Herrschaft des Proletariats wird sie noch schneller
verschwinden lassen**
Yfirburðir öreigastéttarinnar munu valda því að þeir hverfa
enn hraðar
**Die einheitliche Aktion, wenigstens der führenden
zivilisierten Länder, ist eine der ersten Bedingungen für die
Befreiung des Proletariats**
Sameinaðar aðgerðir, að minnsta kosti helstu siðmenntuðu
ríkjanna, eru eitt fyrsta skilyrðið fyrir frelsi öreigastéttarinnar
**In dem Maße, wie der Ausbeutung eines Individuums durch
ein anderes ein Ende gesetzt wird, wird auch der
Ausbeutung einer Nation durch eine andere ein Ende
gesetzt.**
Að sama skapi og arðráni annars á einum einstaklingi er
stöðvað, verður einnig bundið enda á arðrán annarrar þjóðar
**In dem Maße, wie der Antagonismus zwischen den Klassen
innerhalb der Nation verschwindet, wird die Feindschaft
einer Nation gegen die andere ein Ende haben**
Um leið og andstæðan milli stétta innan þjóðarinnar hverfur,
mun fjandskap einnar þjóðar við aðra líða undir lok
**Die Anschuldigungen gegen den Kommunismus, die von
einem religiösen, philosophischen und allgemein von einem**

ideologischen Standpunkt aus erhoben werden, verdienen keine ernsthafte Prüfung

Ásakanirnar á hendur kommúnismanum, sem settar eru fram út frá trúarlegu, heimspekilegu og almennt hugmyndafræðilegu sjónarmiði, verðskulda ekki alvarlega skoðun

Braucht es eine tiefe Intuition, um zu begreifen, dass sich die Ideen, Ansichten und Vorstellungen des Menschen mit jeder Veränderung der Bedingungen seiner materiellen Existenz ändern?

Þarf djúpt innsæi til að skilja að hugmyndir, skoðanir og hugmyndir mannsins breytast með hverri breytingu á efnislegum tilveruskilyrðum hans?

Ist es nicht offensichtlich, dass das Bewusstsein des Menschen sich Verändert, wenn seine sozialen Beziehungen und sein soziales Leben ändern?

Er ekki augljóst að vitund mannsins breytist þegar félagsleg tengsl hans og félagslíf breytast?

Was beweist die Ideengeschichte anderes, als daß die geistige Produktion ihren Charakter in dem Maße ändert, wie die materielle Produktion verändert wird?

Hvað annað sannar hugmyndasagan en að vitsmunaleg framleiðsla breytir eðli sínu í réttu hlutfalli við efnislega framleiðslu?

Die herrschenden Ideen eines jeden Zeitalters waren immer die Ideen seiner herrschenden Klasse

Ríkjandi hugmyndir hverrar aldar hafa alltaf verið hugmyndir valdastéttar hennar

Wenn Menschen von Ideen sprechen, die die Gesellschaft revolutionieren, drücken sie nur eine Tatsache aus

Þegar fólk talar um hugmyndir sem umbylta samfélaginu tjáir það aðeins eina staðreynd

Innerhalb der alten Gesellschaft wurden die Elemente einer neuen geschaffen

Innan gamla samfélagsins hafa þættir nýs skapast

und daß die Auflösung der alten Ideen mit der Auflösung
der alten Daseinsverhältnisse Schritt hält
og að upplausn hinna gömlu hugmynda heldur í við upplausn
hinna gömlu tilveruskilyrða
Als die Antike in den letzten Zügen lag, wurden die alten
Religionen vom Christentum überwunden
Þegar hinn forni heimur var í sínum síðustu þrengingum voru
hin fornu trúarbrögð yfirbuguð af kristni
Als die christlichen Ideen im 18. Jahrhundert den
rationalistischen Ideen erlagen, kämpfte die feudale
Gesellschaft ihren Todeskampf mit der damals
revolutionären Bourgeoisie
Þegar kristnar hugmyndir féllu á 18. öld fyrir
skynsemishyggjuhugmyndum háði lénssamfélagið
dauðabaráttu sína við þáverandi byltingarsinnaða borgarastétt
Die Ideen der Religions- und Gewissensfreiheit brachten
lediglich die Herrschaft des freien Wettbewerbs auf dem
Gebiet des Wissens zum Ausdruck
Hugmyndir um trúfrelsi og samviskufrelsi tjáðu aðeins vald
frjálsrar samkeppni á sviði þekkingar
"Zweifellos", wird man sagen, "sind religiöse, moralische,
philosophische und juristische Ideen im Laufe der
geschichtlichen Entwicklung modifiziert worden"
"Vafalaust," verður sagt, "hafa trúarlegar, siðferðilegar,
heimspekilegar og lagalegar hugmyndir breyst í sögulegri
þróun"
"Aber Religion, Moralphilosophie, Politikwissenschaft und
Recht überlebten diesen Wandel ständig."
"En trúarbrögð, siðferðisheimspeki, stjórnmálafræði og
lögfræði, lifðu stöðugt af þessa breytingu"
"Es gibt auch ewige Wahrheiten, wie Freiheit, Gerechtigkeit
usw."
"Það eru líka til eilíf sannindi, eins og frelsi, réttlæti o.s.frv."
"Diese ewigen Wahrheiten sind allen Zuständen der
Gesellschaft gemeinsam"

"Þessi eilífu sannindi eru sameiginleg öllum ríkjum þjóðfélagsins"

"Aber der Kommunismus schafft die ewigen Wahrheiten ab, er schafft alle Religion und alle Moral ab."

"En kommúnisminn afnemur eilíf sannindi, hann afnemur öll trúarbrögð og allt siðferði"

"Sie tut dies, anstatt sie auf einer neuen Grundlage zu konstituieren"

"Það gerir þetta í stað þess að mynda þau á nýjum grunni"

"Sie handelt daher im Widerspruch zu allen bisherigen historischen Erfahrungen"

"hún virkar því í mótsögn við alla fyrri sögulega reynslu"

Worauf reduziert sich dieser Vorwurf?

Í hvað minnkar þessi ásökun sig?

Die Geschichte aller vergangenen Gesellschaften hat in der Entwicklung von Klassengegensätzen bestanden

Saga allra fyrri samfélaga hefur falist í þróun stéttaandstæðna

Antagonismen, die in verschiedenen Epochen unterschiedliche Formen annahmen

andstæður sem tóku á sig mismunandi myndir á mismunandi tímum

Aber welche Form sie auch immer angenommen haben mögen, eine Tatsache ist allen vergangenen Zeitaltern gemeinsam

En hvaða mynd sem þau kunna að hafa tekið á sig, þá er ein staðreynd sameiginleg öllum liðnum öldum

die Ausbeutung eines Teils der Gesellschaft durch den anderen

arðrán annars hluta samfélagsins af hinu

Kein Wunder also, dass sich das gesellschaftliche Bewußtsein vergangener Zeiten innerhalb gewisser allgemeiner Formen oder allgemeiner Vorstellungen bewegt

Það er því engin furða að félagsleg vitund fyrri alda hreyfist innan ákveðinna sameiginlegra forma eða almennra hugmynda

(und das trotz aller Vielfalt und Vielfalt, die es zeigt)

(og það er þrátt fyrir alla fjölbreytnina og fjölbreytnina sem
það sýnir)
**Und diese können nur mit dem gänzlichen Verschwinden
der Klassengegensätze völlig verschwinden**
og þetta getur ekki horfið alveg nema með því að
stéttaandstæðurnar hverfa algerlega
**Die kommunistische Revolution ist der radikalste Bruch mit
den traditionellen Eigentumsverhältnissen**
Kommúnistabyltingin er róttækasta rofið á hefðbundnum
eignatengslum
**Kein Wunder, dass ihre Entwicklung den radikalsten Bruch
mit den traditionellen Vorstellungen mit sich bringt**
engin furða að þróun þess feli í sér róttækasta rof við
hefðbundnar hugmyndir
**Aber lassen wir die Einwände der Bourgeoisie gegen den
Kommunismus hinter uns**
En við skulum vera búin með andmæli borgarastéttarinnar
gegn kommúnisma
**Wir haben oben den ersten Schritt der Arbeiterklasse in der
Revolution gesehen**
Við höfum séð hér að ofan fyrsta skref verkalýðsins í
byltingunni
**Das Proletariat muss zur Herrschaft erhoben werden, um
den Kampf der Demokratie zu gewinnen**
Öreigastéttin verður að rísa upp í þá stöðu að ráða, til að vinna
baráttuna um lýðræðið
**Das Proletariat wird seine politische Vorherrschaft
benutzen, um der Bourgeoisie nach und nach alles Kapital
zu entreißen**
Öreigastéttin mun nota pólitíska yfirburði sína til að hrifsa
smám saman allt fjármagn af borgarastéttinni
**sie wird alle Produktionsmittel in den Händen des Staates
zentralisieren**
það mun miðstýra öllum framleiðslutækjum í höndum ríkisins
**Mit anderen Worten, das Proletariat organisierte sich als
herrschende Klasse**

með öðrum orðum, öreigastéttin skipulögð sem valdastétt
Und sie wird die Summe der Produktivkräfte so schnell wie möglich vermehren
og það mun auka heildarframleiðsluaflið eins hratt og auðið er
Natürlich kann dies anfangs nur durch despotische Eingriffe in die Eigentumsrechte geschehen
Auðvitað er ekki hægt að gera þetta í upphafi nema með einræðislegum innrásum í eignarréttinn
und sie muss unter den Bedingungen der Bourgeoisie Produktion erreicht werden
og það verður að ná fram á forsendum borgarastéttarinnar
Sie wird also durch Maßnahmen erreicht, die wirtschaftlich unzureichend und unhaltbar erscheinen
Það er því náð með ráðstöfunum sem virðast efnahagslega ófullnægjandi og óviðunandi
aber diese Mittel überflügeln sich im Laufe der Bewegung selbst
en þessar aðferðir fara fram úr sjálfum sér á meðan á hreyfingunni stendur
sie erfordern weitere Eingriffe in die alte Gesellschaftsordnung
þær krefjast frekari innrásar í gamla þjóðfélagsskipanina
und sie sind unvermeidlich, um die Produktionsweise völlig zu revolutionieren
og þær eru óhjákvæmilegar til að gjörbylta framleiðsluháttum
Diese Maßnahmen werden natürlich in den verschiedenen Ländern unterschiedlich sein
Þessar ráðstafanir verða auðvitað mismunandi í mismunandi löndum
Nichtsdestotrotz wird in den am weitesten fortgeschrittenen Ländern das Folgende ziemlich allgemein anwendbar sein
Engu að síður í þróuðustu löndunum mun eftirfarandi eiga nokkuð almennt við
1. Abschaffung des Grundeigentums und Verwendung aller Grundrenten für öffentliche Zwecke.

1. Afnám eignarréttar á landi og beiting allrar leigu á landi til opinberra nota.

2. **Eine hohe progressive oder abgestufte Einkommensteuer.**

2. Þungur stighækkandi eða þrepaskiptur tekjuskattur.

3. **Abschaffung jeglichen Erbrechts.**

3. Afnám alls erfðaréttar.

4. **Konfiskation des Eigentums aller Emigranten und Rebellen.**

4. Upptaka eigna allra brottfluttra og uppreisnarmanna.

5. **Zentralisierung des Kredits in den Händen des Staates durch eine Nationalbank mit staatlichem Kapital und ausschließlichem Monopol.**

5. Miðstýring lánsfjár í höndum ríkisins með ríkisbanka með ríkisfé og einkaeinokun.

6. **Zentralisierung der Kommunikations- und Transportmittel in den Händen des Staates.**

6. Miðstýring samskipta- og flutningatækja í höndum ríkisins.

7. **Ausbau der Fabriken und Produktionsmittel im Eigentum des Staates**

7. Stækkun verksmiðja og framleiðslutækja í eigu ríkisins

die Kultivierung von Ödland und die Verbesserung des Bodens überhaupt nach einem gemeinsamen Plan.

að rækta auðnlendi og bæta jarðveginn almennt í samræmi við sameiginlega áætlun.

8. **Gleiche Haftung aller für die Arbeit**

8. Jöfn ábyrgð allra gagnvart vinnuafli

Aufbau von Industriearmeen, vor allem für die Landwirtschaft.

Stofnun iðnaðarherja, sérstaklega fyrir landbúnað.

9. **Kombination der Landwirtschaft mit dem verarbeitenden Gewerbe**

9. Samsetning landbúnaðar og framleiðsluiðnaðar

allmähliche Aufhebung der Unterscheidung zwischen Stadt und Land durch eine gleichmäßigere Verteilung der Bevölkerung über das Land.

smám saman afnám aðgreiningar milli borgar og sveita, með
jafnari dreifingu íbúa um landið.

**10. Kostenlose Bildung für alle Kinder in öffentlichen
Schulen.**

10. Ókeypis menntun fyrir öll börn í opinberum skólum.

Abschaffung der Kinderfabrikarbeit in ihrer jetzigen Form

Afnám verksmiðjuvinnu barna í núverandi mynd

Kombination von Bildung und industrieller Produktion

Sambland menntunar og iðnaðarframleiðslu

**Wenn im Laufe der Entwicklung die Klassenunterschiede
verschwunden sind**

Þegar, í þróunarferlinu, hefur stéttamunur horfið

**und wenn die ganze Produktion in den Händen einer
ungeheuren Assoziation der ganzen Nation konzentriert ist**

og þegar öll framleiðsla hefur safnast saman í höndum mikils
félags allrar þjóðarinnar

dann verliert die Staatsgewalt ihren politischen Charakter

þá missir hið opinbera vald pólitískt eðli sitt

**Politische Macht, eigentlich so genannt, ist nichts anderes
als die organisierte Macht einer Klasse, um eine andere zu
unterdrücken**

Pólitískt vald, sem svo er kallað, er aðeins skipulagt vald
einnar stéttar til að kúga aðra

**Wenn das Proletariat in seinem Kampf mit der Bourgeoisie
durch die Gewalt der Umstände gezwungen ist, sich als
Klasse zu organisieren**

Ef öreigastéttin í baráttu sinni við borgarastéttina er neydd til
að skipuleggja sig sem stétt vegna aðstæðna

**wenn sie sich durch eine Revolution zur herrschenden
Klasse macht**

ef hún gerir sjálfa sig að valdastétt með byltingu

**und als solche fegt sie mit Gewalt die alten
Produktionsbedingungen hinweg**

og sem slík sópar hún burt með valdi gömlum
framleiðsluskilyrðum

**dann wird sie mit diesen Bedingungen auch die
Bedingungen für die Existenz der Klassengegensätze und
der Klassen überhaupt hinweggefegt haben**
þá mun það, ásamt þessum skilyrðum, hafa sópað burt
skilyrðunum fyrir tilvist stéttaandstæðna og stétta almennt
**und wird damit seine eigene Vorherrschaft als Klasse
aufgehoben haben.**
og mun þar með hafa afnumið eigin yfirráð sem stétt.
**An die Stelle der alten Bourgeoisie Gesellschaft mit ihren
Klassen und Klassengegensätzen treten eine Assoziation**
Í stað gamla borgarastéttarfélagsins, með stéttum sínum og
stéttaandstæðum, munum við hafa félag
**eine Assoziation, in der die freie Entwicklung eines jeden
die Bedingung für die freie Entwicklung aller ist**
félag þar sem frjáls þróun hvers og eins er skilyrði frjálsrar
þróunar allra

1) Reaktionärer Sozialismus
1) Afturhaldssamur sósíalismi

a) Feudaler Sozialismus
a) Feudal sósíalismi

die Aristokratien Frankreichs und Englands hatten eine einzigartige historische Stellung
aðalsmenn Frakklands og Englands höfðu einstaka sögulega stöðu
es wurde zu ihrer Berufung, Pamphlete gegen die moderne Boureoisie Gesellschaft zu schreiben
það varð köllun þeirra að skrifa bæklinga gegn nútíma borgarastéttarsamfélagi
In der französischen Revolution vom Juli 1830 und in der englischen Reformagitation
Í frönsku byltingunni í júlí 1830 og í ensku umbótaæsingnum
Diese Aristokratien erlagen wieder dem hasserfüllten Emporkömmling
Þessir aðalsmenn féllu aftur fyrir hatursfullum uppreisnarmanni
An eine ernsthafte politische Auseinandersetzung war fortan nicht mehr zu denken
Upp frá því kom alvarleg pólitísk keppni alls ekki til greina
Alles, was möglich blieb, war eine literarische Schlacht, keine wirkliche Schlacht
Það eina sem eftir var var bókmenntabarátta, ekki raunveruleg barátta
Aber auch auf dem Gebiet der Literatur waren die alten Schreie der Restaurationszeit unmöglich geworden
En jafnvel á sviði bókmennta voru gömlu hrópin um endurreisnartímabilið orðin ómöguleg
Um Sympathie zu erregen, mußte die Aristokratie offenbar ihre eigenen Interessen aus den Augen verlieren
Til þess að vekja samúð neyddust aðalsmenn til að missa sjónar, að því er virðist, á eigin hagsmunum

und sie waren gezwungen, ihre Anklage gegen die Bourgeoisie im Interesse der ausgebeuteten Arbeiterklasse zu formulieren

og þeir voru neyddir til að móta ákæru sína á hendur borgarastéttinni í þágu arðrændu verkalýðsstéttarinnar

So rächte sich die Aristokratie, indem sie ihren neuen Herrn verspottete

Þannig hefndi aðalsstéttin sín með því að syngja læðingar um nýja húsbónda sinn

Und sie rächten sich, indem sie ihm unheimliche Prophezeiungen über die kommende Katastrophe ins Ohr flüsterten

og þeir hefndu sín með því að hvísla í eyru hans óheillavænlegum spádómum um komandi hörmungar

So entstand der feudale Sozialismus: halb Klage, halb Spott

Á þennan hátt varð til feudal sósíalismi: hálft harmakvein, hálft háðsglósa

Es klang halb wie ein Echo der Vergangenheit und projizierte halb die Bedrohung der Zukunft

það hljómaði sem hálft bergmál fortíðar og varpaði hálfri ógn af framtíðinni

zuweilen traf sie durch ihre bittere, geistreiche und scharfe Kritik die Bourgeoisie bis ins Mark

stundum sló hún borgarastéttina inn í hjarta sitt með beiskri, hnyttinni og beittri gagnrýni sinni

aber es war immer lächerlich in seiner Wirkung, weil es völlig unfähig war, den Gang der neueren Geschichte zu begreifen

en hún var alltaf fáránleg í áhrifum sínum, vegna algerrar vangetu til að skilja framvindu nútímasögunnar

Die Aristokratie schwenkte, um das Volk um sich zu scharen, den proletarischen Almosensack als Banner

Aðalsstéttin, til að fylkja fólkinu að sér, veifaði öreiga-ölmusupokanum fyrir framan borða

Aber das Volk, so oft es sich zu ihnen gesellte, sah auf seinem Hinterteil die alten Feudalwappen

En svo oft sem það slóst í för með þeim, sá fólkið á afturhluta sér gömlu lénsskjaldarmerkin

Und sie verließen mit lautem und respektlosem Gelächter

og þeir hurfu frá með háværum og virðingarlausum hlátri

Ein Teil der französischen Legitimisten und des "jungen Englands" zeigte dieses Schauspiel

Einn hluti Frönsku lögmætissinnanna og "Unga Englands" sýndi þetta sjónarspil

die Feudalisten wiesen darauf hin, dass ihre Ausbeutungsweise eine andere sei als die der Bourgeoisie

lénssinnarnir bentu á að arðrán þeirra væri öðruvísi en borgarastéttarinnar

Die Feudalisten vergessen, dass sie unter ganz anderen Umständen und Bedingungen ausgebeutet haben

Lénsmennirnir gleyma því að þeir nýttu sér við aðstæður og aðstæður sem voru allt aðrar

Und sie haben nicht bemerkt, dass solche Methoden der Ausbeutung heute veraltet sind

og þeir tóku ekki eftir því að slíkar aðferðir við arðrán eru nú úreltar

Sie zeigten, dass unter ihrer Herrschaft das moderne Proletariat nie existiert hat

þeir sýndu að undir stjórn þeirra var nútíma öreigastéttin aldrei til

aber sie vergessen, daß die moderne Bourgeoisie der notwendige Sprößling ihrer eigenen Gesellschaftsform ist

en þeir gleyma því að nútíma borgarastétt er nauðsynlegt afsprengi þeirra eigin samfélagsforms

Im übrigen verbergen sie kaum den reaktionären Charakter ihrer Kritik

Að öðru leyti leyna þeir varla afturhaldseðli gagnrýni sinnar

ihre Hauptanklage gegen die Bourgeoisie läuft auf folgendes hinaus

helsta ásökun þeirra á hendur borgarastéttinni er eftirfarandi

unter dem Boureoisie Regime entwickelt sich eine soziale Klasse

undir stjórn borgarastéttarinnar er verið að þróast
þjóðfélagsstétt

Diese soziale Klasse ist dazu bestimmt, die alte Gesellschaftsordnung an der Wurzel zu zerschneiden

þessari þjóðfélagsstétt er ætlað að róta upp rótum og greina gamla þjóðfélagsskipan

Womit sie die Bourgeoisie aufpeppen, ist nicht so sehr, dass sie ein Proletariat schafft

Það sem þeir ávíta borgarastéttina fyrir er ekki svo mikið að það skapi öreigastétt

womit sie die Bourgeoisie aufpeppen, ist mehr, dass sie ein revolutionäres Proletariat schafft

það sem þeir ávíta borgarastéttina fyrir er meira að hún skapi byltingarsinnaða öreigalýð

In der politischen Praxis beteiligen sie sich daher an allen Zwangsmaßnahmen gegen die Arbeiterklasse

Í stjórnmálum taka þeir því þátt í öllum þvingunaraðgerðum gegn verkalýðnum

Und im gewöhnlichen Leben bücken sie sich, trotz ihrer hochtrabenden Phrasen, um die goldenen Äpfel aufzuheben, die vom Baum der Industrie fallen gelassen wurden

og í daglegu lífi, þrátt fyrir háfalutin frasa sína, beygja þeir sig til að taka upp gullnu eplini sem falla hafa verið af tré iðnaðarins

Und sie tauschen Wahrheit, Liebe und Ehre gegen den Handel mit Wolle, Rote-Bete-Zucker und Kartoffelbränden

og þeir skipta á sannleika, ást og heiðri fyrir verslun með ull, rauðrófusykur og kartöflubrennivín

Wie der Pfarrer immer Hand in Hand mit dem Gutsherrn gegangen ist, so ist es der klerikale Sozialismus mit dem feudalen Sozialismus getan

Eins og presturinn hefur alltaf haldist í hendur við leigusalann, þannig hefur klerkasósíalismi og feudal sósíalismi gert það

Nichts ist leichter, als der christlichen Askese einen sozialistischen Anstrich zu geben
Ekkert er auðveldara en að gefa kristinni ásatrú sósíalískum blæ

Hat nicht das Christentum gegen das Privateigentum, gegen die Ehe, gegen den Staat deklamiert?
Hefur ekki kristindómurinn lýst yfir gegn einkaeign, gegn hjónabandi, gegn ríkinu?

Hat das Christentum nicht an die Stelle dieser Nächstenliebe und Armut getreten?
Hefur kristindómurinn ekki prédikað í stað þessa, kærleika og fátækt?

Predigt das Christentum nicht den Zölibat und die Abtötung des Fleisches, das monastische Leben und die Mutter Kirche?
Prédikar kristindómurinn ekki einlífi og dauðsföll holdsins, klausturlíf og móðurkirkju?

Der christliche Sozialismus ist nur das Weihwasser, mit dem der Priester das Herzbrennen des Aristokraten weiht
Kristinn sósíalismi er aðeins hið heilaga vatn sem presturinn helgar hjartasviða aðalsmannsins með

b) Kleinbürgerlicher Sozialismus
b) Smáborgaralegur sósíalismi

Die feudale Aristokratie war nicht die einzige Klasse, die von der Bourgeoisie ruiniert wurde
Feudal aðallinn var ekki eina stéttin sem var eyðilögð af borgarastéttinni

sie war nicht die einzige Klasse, deren Existenzbedingungen in der Atmosphäre der modernen Bourgeoisie Gesellschaft schmachten und zugrunde gingen
hún var ekki eina stéttin sem hafði tilveruskilyrði sem píndust og hurfu í andrúmslofti nútíma borgarastéttarsamfélags

Die mittelalterliche Bürgerschaft und die kleinbäuerlichen Eigentümer waren die Vorläufer des modernen Bourgeoisie

Miðaldaborgarar og smábændaeigendur voru undanfarar
nútíma borgarastéttar
**In den Ländern, die industriell und kommerziell nur wenig
entwickelt sind, vegetieren diese beiden Klassen noch Seite
an Seite**
Í þeim löndum sem eru lítt þróuð, iðnaðarlega og
viðskiptalega, gróa þessir tveir flokkar enn hlið við hlið
**und in der Zwischenzeit erhebt sich die Bourgeoisie neben
ihnen: industriell, kommerziell und politisch**
og á meðan rís borgarastéttin upp við hlið þeirra: iðnaðarlega,
viðskiptalega og pólitískt
**In den Ländern, in denen die moderne Zivilisation voll
entwickelt ist, hat sich eine neue Klasse des
Kleinbourgeoisie gebildet**
Í löndum þar sem nútíma siðmenning er orðin fullþróuð hefur
ný stétt smáborgarastéttar myndast
**diese neue soziale Klasse schwankt zwischen Proletariat
und Bourgeoisie**
þessi nýja þjóðfélagsstétt sveiflast milli öreigastéttarinnar og
borgarastéttarinnar
**und sie erneuert sich ständig als ergänzender Teil der
Bourgeoisie Gesellschaft**
og hún er sífellt að endurnýja sig sem viðbótarhluti af
borgarastéttarsamfélaginu
**Die einzelnen Glieder dieser Klasse aber werden
fortwährend in das Proletariat hinabgeschleudert**
Einstökum meðlimum þessarar stéttar er hins vegar stöðugt
kastað niður í öreigastéttina
**sie werden vom Proletariat durch die Einwirkung der
Konkurrenz aufgesaugt**
þeir sogast til sín af öreigastéttinni með samkeppni
**In dem Maße, wie sich die moderne Industrie entwickelt,
sehen sie sogar den Augenblick herannahen, in dem sie als
eigenständiger Teil der modernen Gesellschaft völlig
verschwinden wird**

Eftir því sem nútímaiðnaður þróast sjá þeir jafnvel
augnablikið nálgast þegar þeir munu hverfa algjörlega sem
sjálfstæður hluti nútímasamfélags
**Sie werden in der Manufaktur, in der Landwirtschaft und
im Handel durch Aufseher, Gerichtsvollzieher und Krämer
ersetzt werden**
Í stað þeirra í framleiðslu, landbúnaði og verslun koma
umsjónarmenn, fógetar og verslunarmenn
**In Ländern wie Frankreich, wo die Bauern weit mehr als die
Hälfte der Bevölkerung ausmachen**
Í löndum eins og Frakklandi, þar sem bændur eru mun meira
en helmingur íbúanna
**es war natürlich, dass es Schriftsteller gab, die sich auf die
Seite des Proletariats gegen die Bourgeoisie stellten**
það var eðlilegt að til væru rithöfundar sem stóðu með
öreigastéttinni gegn borgarastéttinni
**in ihrer Kritik am Bourgeoisie Regime benutzten sie den
Maßstab des Bauern- und Kleinbourgeoisie**
í gagnrýni sinni á borgarastéttina notuðu þeir mælikvarða
bænda og smáborgarastéttar
**Und vom Standpunkt dieser Zwischenklassen aus ergreifen
sie die Keule für die Arbeiterklasse**
og frá sjónarhóli þessara millistétta taka þeir upp kúlu fyrir
verkalýðinn
**So entstand der Kleinbourgeoisie Sozialismus, dessen
Haupt Sismondi nicht nur in Frankreich, sondern auch in
England war**
Þannig varð til smáborgarastéttarsósíalismi, sem Sismondi var
yfirmaður þessa skóla, ekki aðeins í Frakklandi heldur einnig í
Englandi
**Diese Schule des Sozialismus sezierte mit großer Schärfe die
Widersprüche in den Bedingungen der modernen
Produktion**
Þessi skóli sósíalismans krufði af mikilli nákvæmni
mótsagnirnar í aðstæðum nútíma framleiðslu

Diese Schule entlarvte die heuchlerischen Entschuldigungen der Ökonomen
Þessi skóli afhjúpaði hræsnisfulla afsökunarbeiðni hagfræðinga

Diese Schule bewies unwiderlegbar die verheerenden Auswirkungen der Maschinerie und der Arbeitsteilung
Þessi skóli sannaði, óumdeilanlega, hörmulegar afleiðingar véla og verkaskiptingar

Es bewies die Konzentration von Kapital und Grund und Boden in wenigen Händen
það sannaði samþjöppun fjármagns og lands á fáum höndum

sie bewies, wie Überproduktion zu Bourgeoisie-Krisen führt
hún sannaði hvernig offramleiðsla leiðir til kreppu borgarastéttarinnar

sie wies auf den unvermeidlichen Ruin des Kleinbourgeoisie' und der Bauern hin
hún benti á óhjákvæmilega eyðileggingu smáborgarastéttarinnar og bændanna

das Elend des Proletariats, die Anarchie in der Produktion, die schreiende Ungleichheit in der Verteilung des Reichtums
eymd öreigastéttarinnar, stjórnleysi í framleiðslunni, hrópandi ójöfnuður í dreifingu auðs

Er zeigte, wie das Produktionssystem den industriellen Vernichtungskrieg zwischen den Nationen führt
Það sýndi hvernig framleiðslukerfið leiðir iðnaðarstríð útrýmingar milli þjóða

die Auflösung der alten sittlichen Bande, der alten Familienverhältnisse, der alten Nationalitäten
upplausn gamalla siðferðisbanda, gömlu fjölskyldutengslanna, gömlu þjóðernanna

In ihren positiven Zielen strebt diese Form des Sozialismus jedoch eines von zwei Dingen an
Í jákvæðum markmiðum sínum leitast þessi tegund sósíalisma hins vegar við að ná öðru af tvennu

Entweder zielt sie darauf ab, die alten Produktions- und Tauschmittel wiederherzustellen

annað hvort miðar það að því að endurreisa gömlu framleiðslu- og skiptiaðferðirnar

und mit den alten Produktionsmitteln würde sie die alten Eigentumsverhältnisse und die alte Gesellschaft wiederherstellen

og með gömlu framleiðslutækjunum myndi það endurreisa gömul eignatengsl og gamla samfélagið

oder sie zielt darauf ab, die modernen Produktions- und Austauschmittel in den alten Rahmen der Eigentumsverhältnisse zu zwängen

eða það miðar að því að þrengja nútíma framleiðslu- og skiptimáta inn í gamla ramma eignatengslanna

In beiden Fällen ist es sowohl reaktionär als auch utopisch

Í báðum tilvikum er það bæði afturhaldssamt og útópískt

Seine letzten Worte lauten: Korporativzünfte für die Manufaktur, patriarchalische Verhältnisse in der Landwirtschaft

Síðustu orð þess eru: fyrirtækjafélög fyrir framleiðslu, feðraveldistengsl í landbúnaði

Schließlich, als hartnäckige historische Tatsachen alle berauschenden Wirkungen der Selbsttäuschung zerstreut hatten,

Að lokum, þegar þrjóskar sögulegar staðreyndir höfðu dreift öllum vímuáhrifum sjálfsblekkingar

diese Form des Sozialismus endete in einem elenden Anfall von Mitleid

þessi tegund sósíalisma endaði með ömurlegu meðaumkunarkasti

c) Deutscher oder "wahrer" Sozialismus
c) Þýskur, eða "sannur" sósíalismi

Die sozialistische und kommunistische Literatur Frankreichs entstand unter dem Druck einer herrschenden Bourgeoisie
Sósíalískar og kommúnískar bókmenntir Frakklands urðu til undir þrýstingi borgarastéttar við völd
Und diese Literatur war der Ausdruck des Kampfes gegen diese Macht
og þessar bókmenntir voru tjáning baráttunnar gegn þessu valdi
sie wurde in Deutschland zu einer Zeit eingeführt, als die Bourgeoisie gerade ihren Kampf mit dem feudalen Absolutismus begonnen hatte
hún var kynnt til Þýskalands á þeim tíma þegar borgarastéttin var nýbyrjuð í baráttu sinni við einveldi lénsins
Deutsche Philosophen, Möchtegern-Philosophen und Beaux Esprits griffen begierig zu dieser Literatur
Þýskir heimspekingar, tilvonandi heimspekingar og beaux esprits, gripu ákaft þessar bókmenntir
aber sie vergaßen, daß die Schriften aus Frankreich nach Deutschland einwanderten, ohne die französischen Gesellschaftsverhältnisse mitzubringen
en þeir gleymdu því að ritin fluttust frá Frakklandi til Þýskalands án þess að koma frönskum þjóðfélagsaðstæðum með sér
Im Kontakt mit den deutschen gesellschaftlichen Verhältnissen verlor diese französische Literatur ihre unmittelbare praktische Bedeutung
Í snertingu við þýskar þjóðfélagsaðstæður misstu þessar frönsku bókmenntir alla hagnýta þýðingu sína
und die kommunistische Literatur Frankreichs nahm in deutschen akademischen Kreisen einen rein literarischen Aspekt an

og kommúnískar bókmenntir Frakklands tóku á sig hreina
bókmenntalega hlið í þýskum fræðimönnum
So waren die Forderungen der ersten Französischen
Revolution nichts anderes als die Forderungen der
"praktischen Vernunft"
Þannig voru kröfur fyrstu frönsku byltingarinnar ekkert annað
en kröfur "hagnýtrar skynsemi"
und die Willensäußerung der revolutionären französischen
Bourgeoisie bedeutete in ihren Augen das Gesetz des reinen
Willens
og yfirlýsing viljayfirlýsingar frönsku
byltingarborgarastéttarinnar táknaði í augum þeirra lögmál
hins hreina vilja
es bedeutete den Willen, wie er sein mußte; des wahren
menschlichen Willens überhaupt
það táknaði Will eins og það hlyti að vera; af sönnum
mannlegum vilja almennt
Die Welt der deutschen Literaten bestand einzig und allein
darin, die neuen französischen Ideen mit ihrem alten
philosophischen Gewissen in Einklang zu bringen
Heimur þýskra bókmennta fólst eingöngu í því að koma
hinum nýju frönsku hugmyndum í samræmi við forna
heimspekilega samvisku þeirra
oder vielmehr, sie annektierten die französischen Ideen,
ohne ihren eigenen philosophischen Standpunkt
aufzugeben
eða réttara sagt, þeir innlimuðu frönsku hugmyndirnar án
þess að yfirgefa sitt eigið heimspekilega sjónarmið
Diese Annexion vollzog sich auf die gleiche Weise, wie man
sich eine Fremdsprache aneignet, nämlich durch
Übersetzung
Þessi innlimun átti sér stað á sama hátt og erlent tungumál er
eignað, nefnilega með þýðingu
Es ist bekannt, wie die Mönche alberne Leben katholischer
Heiliger über Manuskripte schrieben

Það er vel þekkt hvernig munkarnir skrifuðu kjánalegt líf
kaþólskra heilagra yfir handritum
die Manuskripte, auf denen die klassischen Werke des
antiken Heidentums geschrieben waren
handritin sem klassísk rit fornheiðingja höfðu verið skrifuð á
Die deutschen Literaten kehrten diesen Prozess mit der
profanen französischen Literatur um
Þýskir bókmenntamenn sneru þessu ferli við með blótsyrðum
frönskum bókmenntum
Sie schrieben ihren philosophischen Unsinn unter das
französische Original
Þeir skrifuðu heimspekilegt bull sitt undir frönsku frumritinu
Zum Beispiel schrieben sie unter der französischen Kritik an
den ökonomischen Funktionen des Geldes "Entfremdung
der Menschheit"
Til dæmis, undir gagnrýni Frakka á efnahagslega virkni
peninga, skrifuðu þeir "Firring mannkynsins"
unter die französische Kritik am Bourgeoisie Staat schrieben
sie "Entthronung der Kategorie des Generals"
undir gagnrýni Frakka á borgarastéttina skrifuðu þeir "afnám
flokks hershöfðingjans"
Die Einführung dieser philosophischen Phrasen hinter der
französischen Geschichtskritik nannten sie:
Innleiðing þessara heimspekilegu setninga aftan við frönsku
sagnfræðigagnrýnina sem þeir kölluðu:
"Philosophie des Handelns", "Wahrer Sozialismus",
"Deutsche Sozialismuswissenschaft", "Philosophische
Grundlagen des Sozialismus" und so weiter
"Heimspeki athafna," "Sannur sósíalismi", "Þýsk vísindi um
sósíalisma", "Heimspekilegur grundvöllur sósíalisma" og svo
framvegis
Die französische sozialistische und kommunistische
Literatur wurde damit völlig entmannt
Franskar sósíalískar og kommúnískar bókmenntir voru
þannig algjörlega afmáðar

in den Händen der deutschen Philosophen hörte sie auf, den
Kampf der einen Klasse mit der anderen auszudrücken
í höndum þýskra heimspekinga hætti hún að tjá baráttu
annarrar stéttar við hina
und so fühlten sich die deutschen Philosophen bewußt, die
"französische Einseitigkeit" überwunden zu haben
og því fundu þýsku heimspekingarnir sig meðvitaða um að
hafa sigrast á "frönsku einhliða"
Sie musste keine wahren Forderungen repräsentieren,
sondern sie repräsentierte Forderungen der Wahrheit
hún þurfti ekki að tákna sannar kröfur, heldur táknaði hún
kröfur sannleikans
es gab kein Interesse am Proletariat, sondern an der
menschlichen Natur
það var enginn áhugi á verkalýðnum, heldur var áhugi á
mannlegu eðli
das Interesse galt dem Menschen überhaupt, der keiner
Klasse angehört und keine Wirklichkeit hat
áhuginn var á manninum almennt, sem tilheyrir engri stétt og
á sér engan veruleika
ein Mann, der nur im nebligen Reich der philosophischen
Fantasie existiert
maður sem er aðeins til í þokukenndu ríki heimspekilegrar
fantasíu.
aber schließlich verlor auch dieser deutsche
Schulsozialismus seine pedantische Unschuld
en að lokum missti þessi skólastrákur þýski sósíalisminn líka
pedantiskt sakleysi sitt
die deutsche Bourgeoisie und besonders die preußische
Bourgeoisie kämpfte gegen die feudale Aristokratie
þýska borgarastéttin, og sérstaklega prússneska
borgarastéttin, börðust gegn feudal aðalsstétt
auch die absolute Monarchie Deutschlands und Preußens
wurde bekämpft
var einnig verið að brjótast gegn algjöru konungdæmi
Þýskalands og Prússlands

Und im Gegenzug wurde auch die Literatur der liberalen Bewegung ernster
og aftur á móti urðu bókmenntir frjálslyndu hreyfingarinnar einnig alvarlegri
Deutschlands lang ersehnte Chance auf einen "wahren" Sozialismus wurde geboten
Lengi þráð tækifæri Þýskalands til "sanns" sósíalisma bauðst
die Möglichkeit, die politische Bewegung mit den sozialistischen Forderungen zu konfrontieren
tækifæri til að takast á við stjórnmálahreyfinguna með kröfum sósíalista
die Gelegenheit, die traditionellen Bannsprüche gegen den Liberalismus zu schleudern
tækifærið til að varpa hefðbundnum bannorðum gegn frjálshyggjunni
die Möglichkeit, die repräsentative Regierung und die Bourgeoisie Konkurrenz anzugreifen
tækifæri til að ráðast á fulltrúastjórn og samkeppni borgarastéttarinnar
Pressefreiheit der Bourgeoisie, Bourgeoisie Gesetzgebung, Bourgeoisie Freiheit und Gleichheit
Fjölmiðlafrelsi borgarastéttarinnar, löggjöf borgarastéttarinnar, frelsi og jafnrétti borgarastéttarinnar
All dies könnte nun in der realen Welt kritisiert werden, anstatt in der Fantasie
Allt þetta væri nú hægt að gagnrýna í hinum raunverulega heimi, frekar en í ímyndunaraflinu
Feudalaristokratie und absolute Monarchie hatten den Massen lange gepredigt
Feudal aðalsstétt og algjört konungsveldi höfðu lengi prédikað fyrir fjöldanum
"Der Arbeiter hat nichts zu verlieren und er hat alles zu gewinnen"
"Vinnandi maðurinn hefur engu að tapa og hann hefur öllu að vinna"

auch die Bourgeoisie bewegung bot eine Chance, sich mit diesen Plattitüden auseinanderzusetzen

borgarastéttarhreyfingin bauð einnig upp á tækifæri til að horfast í augu við þessar orðræður

die französische Kritik setzte die Existenz der modernen Bourgeoisie Gesellschaft voraus

franska gagnrýnin gerði ráð fyrir tilvist nútíma borgarastéttarsamfélags

Bourgeoisie, ökonomische Existenzbedingungen und Bourgeoisie politische Verfassung

Efnahagsleg tilveruskilyrði borgarastéttarinnar og pólitísk stjórnarskrá borgarastéttarinnar

gerade die Dinge, deren Errungenschaft Gegenstand des in Deutschland anstehenden Kampfes war

einmitt það sem var markmið yfirvofandi baráttu í Þýskalandi

Deutschlands albernes Echo des Sozialismus hat diese Ziele gerade noch rechtzeitig aufgegeben

Kjánalegt bergmál Þýskalands af sósíalisma yfirgaf þessi markmið rétt á örskotsstundu

Die absoluten Regierungen hatten ihre Gefolgschaft aus Pfarrern, Professoren, Landjunkern und Beamten

alræðisstjórnirnar höfðu sitt fylgi presta, prófessora, sveitabónda og embættismanna

die damalige Regierung begegnete den deutschen Arbeiteraufständen mit Auspeitschungen und Kugeln

þáverandi ríkisstjórn mætti uppreisn þýsku verkalýðsstéttar með barsmíðum og byssukúlum

ihnen diente dieser Sozialismus als willkommene Vogelscheuche gegen die drohende Bourgeoisie

fyrir þeim þjónaði þessi sósíalismi sem kærkomin fuglahræða gegn ógnandi borgarastétt

und die deutsche Regierung konnte nach den bitteren Pillen, die sie austeilte, ein süßes Dessert anbieten

og þýska ríkisstjórnin gat boðið upp á sætan eftirrétt eftir beisku pillurnar sem hún dreifði dieser "wahre" Sozialismus diente also den Regierungen als Waffe im Kampf gegen die deutsche Bourgeoisie

þessi "sanni" sósíalismi þjónaði þannig ríkisstjórnunum sem vopn í baráttunni gegn þýsku borgarastéttinni

und gleichzeitig repräsentierte sie direkt ein reaktionäres Interesse; die der deutschen Philister

og á sama tíma táknaði það beinlínis afturhaldshagsmuni; Þýska Filistea

In Deutschland ist das Kleinbourgeoisie die wirkliche gesellschaftliche Grundlage des bestehenden Zustandes

Í Þýskalandi er smáborgarastéttin hinn raunverulegi félagslegi grundvöllur núverandi ástands

Ein Relikt des sechzehnten Jahrhunderts, das immer wieder in verschiedenen Formen auftaucht

minjar um sextándu öld sem stöðugt hefur verið að skjóta upp kollinum í ýmsum myndum

Diese Klasse zu bewahren bedeutet, den bestehenden Zustand in Deutschland zu bewahren

Að varðveita þessa stétt er að varðveita núverandi ástand í Þýskalandi

Die industrielle und politische Vorherrschaft der Bourgeoisie bedroht das KleinBourgeoisie mit der sicheren Vernichtung

Iðnaðarleg og pólitísk yfirráð borgarastéttarinnar ógna smáborgarastéttinni með öruggri tortímingu

auf der einen Seite droht sie das Kleinbourgeoisiedurch die Konzentration des Kapitals zu vernichten

annars vegar hótar hún að eyðileggja smáborgarastéttina með samþjöppun fjármagns

auf der anderen Seite droht die Bourgeoisie, sie durch den Aufstieg eines revolutionären Proletariats zu zerstören

á hinn bóginn hótar borgarastéttin að eyðileggja hana með uppgangi byltingarsinnaðs öreigastéttar

Der "wahre" Sozialismus schien diese beiden Fliegen mit einer Klappe zu schlagen. Es breitete sich wie eine Epidemie aus

"Sannur" sósíalismi virtist slá þessar tvær flugur í einu höggi. Það breiddist út eins og faraldur

Das Gewand spekulativer Spinnweben, bestickt mit Blumen der Rhetorik, durchtränkt vom Tau kränklicher Gefühle

Skikkja íhugandi kóngulóarvefa, útsaumuð með blómum mælskulistar, gegnsýrð af dögg sjúklegra tilfinninga

dieses transzendentale Gewand, in das die deutschen Sozialisten ihre traurigen "ewigen Wahrheiten" hüllten

þessi yfirskilvitlega skikkja sem þýskir sósíalistar vöfðu sorglegan "eilífan sannleika" sinn í.

alle Haut und Knochen, dienten dazu, den Absatz ihrer Waren bei einem solchen Publikum wunderbar zu vermehren.

allt skinn og bein, þjónaði til að auka dásamlega sölu á vörum sínum meðal slíks almennings

Und der deutsche Sozialismus seinerseits erkannte mehr und mehr seine eigene Berufung

Og fyrir sitt leyti viðurkenndi þýskur sósíalismi æ meira eigin köllun

sie war berufen, die bombastische Vertreterin des Kleinbourgeoisie Philisters zu sein

hún var kölluð til að vera sprengjufullur fulltrúi smáborgarastéttarinnar Filistea

Sie proklamierte die deutsche Nation als Musternation und den deutschen Kleinphilister als Mustermann

Hún lýsti því yfir að þýska þjóðin væri fyrirmyndarþjóðin og þýski smáfilistinn fyrirmyndarmaðurinn

Jeder schurkischen Gemeinheit dieses Mustermenschen gab sie eine verborgene, höhere, sozialistische Deutung

Sérhverri illmenni þessa fyrirmyndarmanns gaf það falna, æðri, sósíalíska túlkun

diese höhere, sozialistische Deutung war das genaue Gegenteil ihres wirklichen Charakters

þessi æðri, sósíalíska túlkun var nákvæmlega andstæða raunverulegs eðlis hennar

Sie ging so weit, sich der "brutal destruktiven" Tendenz des Kommunismus direkt entgegenzustellen
Það gekk svo langt að berjast beint gegn "hrottalega eyðileggjandi" tilhneigingu kommúnismans
und sie proklamierte ihre höchste und unparteiische Verachtung aller Klassenkämpfe
og hún lýsti yfir æðstu og óhlutdrægu fyrirlitningu sinni á allri stéttabaráttu
Mit sehr wenigen Ausnahmen gehören alle sogenannten sozialistischen und kommunistischen Publikationen, die jetzt (1847) in Deutschland zirkulieren, in den Bereich dieser üblen und entnervenden Literatur
Með örfáum undantekningum tilheyra öll svokölluð rit sósíalista og kommúnista, sem nú (1847) eru í dreifingu í Þýskalandi, léni þessara ljótu og pirrandi bókmennta

2) Konservativer Sozialismus oder bürgerlicher Sozialismus
2) Íhaldssamur sósíalismi, eða borgarastéttarsósíalismi

Ein Teil der Bourgeoisie will soziale Missstände beseitigen
Hluti borgarastéttarinnar þráir að bæta úr félagslegum
kvörtunum
um den Fortbestand der Bourgeoisie Gesellschaft zu sichern
til að tryggja áframhaldandi tilveru borgarastéttarsamfélagsins
**Zu dieser Sektion gehören Ökonomen, Philanthropen,
Menschenfreunde**
Til þessa hluta tilheyra hagfræðingar, mannvinir, mannvinir
**Verbesserer der Lage der Arbeiterklasse und Organisatoren
der Wohltätigkeit**
bætandi ástand verkalýðsins og skipuleggjendur
góðgerðarmála
**Mitglieder von Gesellschaften zur Verhütung von
Tierquälerei**
Meðlimir félaga til að koma í veg fyrir grimmd gegn dýrum
**Mäßigkeitsfanatiker, Loch-und-Ecken-Reformer aller
erdenklichen Art**
Hófsemisofstækismenn, umbótasinnar af öllum hugsanlegum
gerðum
**Diese Form des Sozialismus ist überdies zu vollständigen
Systemen ausgearbeitet worden**
Þessi tegund sósíalisma hefur ennfremur verið unnin í
fullkomin kerfi
**Als Beispiel für diese Form sei Proudhons "Philosophie de
la Misère" angeführt**
Við getum nefnt "Philosophie de la Misère" eftir Proudhon
sem dæmi um þetta form
**Die sozialistische Bourgeoisie will alle Vorteile der
modernen gesellschaftlichen Verhältnisse**
Sósíalíska borgarastéttin vill alla kosti nútíma
þjóðfélagsaðstæðna
**aber die sozialistische Bourgeoisie will nicht unbedingt die
daraus resultierenden Kämpfe und Gefahren**

en sósíalíska borgarastéttin vill ekki endilega þá baráttu og hættur sem af því hlýst

Sie wollen den bestehenden Zustand der Gesellschaft, abzüglich ihrer revolutionären und zerfallenden Elemente

Þeir þrá núverandi ástand samfélagsins, að frádregnum byltingarkenndum og sundrandi þáttum þess

mit anderen Worten, sie wünschen sich eine Bourgeoisie ohne Proletariat

með öðrum orðum, þeir óska eftir borgarastétt án öreigastéttar

Die Bourgeoisie begreift natürlich die Welt, in der sie die höchste ist, die Beste zu sein

Borgarastéttin hugsar sér náttúrulega þann heim þar sem það er æðst að vera bestur

und der Bourgeoisie Sozialismus entwickelt diese bequeme Auffassung zu verschiedenen mehr oder weniger vollständigen Systemen

og borgarastéttarsósíalisminn þróar þessa þægilegu hugmynd í ýmis meira og minna fullkomin kerfi

sie wünschen sich sehr, dass das Proletariat geradewegs in das soziale Neue Jerusalem marschiert

þeir myndu mjög gjarnan vilja að öreigastéttin gengi strax inn í hina félagslegu Nýju Jerúsalem

Aber in Wirklichkeit verlangt sie, dass das Proletariat innerhalb der Grenzen der bestehenden Gesellschaft bleibt

en í raun krefst það þess að öreigastéttin haldi sig innan marka núverandi samfélags

sie fordern das Proletariat auf, alle seine hasserfüllten Ideen über die Bourgeoisie abzulegen

þeir biðja öreigastéttina að varpa burt öllum hatursfullum hugmyndum sínum um borgarastéttina

es gibt eine zweite, praktischere, aber weniger systematische Form dieses Sozialismus

það er til önnur hagnýtari, en ekki eins kerfisbundin, mynd af þessum sósíalisma

Diese Form des Sozialismus versuchte, jede revolutionäre Bewegung in den Augen der Arbeiterklasse abzuwerten

Þessi tegund sósíalisma reyndi að gera lítið úr sérhverri
byltingarhreyfingu í augum verkalýðsins
**Sie argumentieren, dass keine bloße politische Reform für
sie von Vorteil sein könnte**
Þeir halda því fram að engar pólitískar umbætur geti verið
þeim til hagsbóta
**nur eine Veränderung der materiellen Existenzbedingungen
in den wirtschaftlichen Beziehungen ist von Nutzen**
aðeins breyting á efnislegum tilvistarskilyrðum í
efnahagslegum tengslum er til bóta
**Wie der Kommunismus tritt auch diese Form des
Sozialismus für eine Veränderung der materiellen
Existenzbedingungen ein**
Líkt og kommúnismi er þessi tegund sósíalisma talsmaður
breytinga á efnislegum skilyrðum tilverunnar
**Diese Form des Sozialismus bedeutet jedoch keineswegs,
dass die Bourgeoisie Produktionsverhältnisse abgeschafft
werden**
þó bendir þetta form sósíalisma engan veginn til afnáms
framleiðslutengsla borgarastéttarinnar
**die Abschaffung der Bourgeoisie Produktionsverhältnisse
kann nur durch eine Revolution erreicht werden**
afnám framleiðslutengsla borgarastéttarinnar er aðeins hægt
að ná með byltingu
**Doch statt einer Revolution schlägt diese Form des
Sozialismus Verwaltungsreformen vor**
En í stað byltingar leggur þessi tegund sósíalisma til umbóta í
stjórnsýslunni
**und diese Verwaltungsreformen würden auf dem
Fortbestand dieser Beziehungen beruhen**
og þessar stjórnsýsluumbætur myndu byggjast á
áframhaldandi tilvist þessara samskipta
**Reformen, die in keiner Weise die Beziehungen zwischen
Kapital und Arbeit berühren**
umbætur sem hafa ekki áhrif á tengsl fjármagns og vinnuafls

im besten Fall verringern solche Reformen die Kosten und vereinfachen die Verwaltungsarbeit der Bourgeoisie Regierung

í besta falli draga slíkar umbætur úr kostnaði og einfalda stjórnsýslustarf borgarastéttarinnar

Der Bourgeoisie Sozialismus kommt dann und nur dann adäquat zum Ausdruck, wenn er zur bloßen Redewendung wird

Borgaralegur sósíalismi nær fullnægjandi tjáningu, þegar, og aðeins þegar, hann verður aðeins myndmál

Freihandel: zum Wohle der Arbeiterklasse

Frjáls viðskipti: í þágu verkalýðsins

Schutzpflichten: zum Wohle der Arbeiterklasse

Verndarskyldur: í þágu verkalýðsins

Gefängnisreform: zum Wohle der Arbeiterklasse

Umbætur í fangelsismálum: í þágu verkalýðsins

Das ist das letzte Wort und das einzig ernst gemeinte Wort des Bourgeoisie Sozialismus

Þetta er síðasta orðið og eina alvarlega meinta orðið um borgarastéttar-sósíalisma

Sie ist in dem Satz zusammengefasst: Die Bourgeoisie ist eine Bourgeoisie zum Wohle der Arbeiterklasse

Það er dregið saman í setningunni: Borgarastéttin er borgarastétt í þágu verkalýðsins

3) Kritisch-utopischer Sozialismus und Kommunismus
3) Gagnrýninn-útópískur sósíalismi og kommúnismi

**Wir beziehen uns hier nicht auf jene Literatur, die den
Forderungen des Proletariats immer eine Stimme gegeben
hat**
Hér er ekki átt við þær bókmenntir sem alltaf hafa gefið
kröfum öreigastéttarinnar rödd
**dies war in jeder großen modernen Revolution vorhanden,
wie z. B. in den Schriften von Babeuf und anderen**
þetta hefur verið til staðar í öllum stórum nútímabyltingum,
svo sem ritum Babeufs og annarra
**Die ersten unmittelbaren Versuche des Proletariats, seine
eigenen Ziele zu erreichen, scheiterten notwendigerweise**
Fyrstu beinu tilraunir öreigastéttarinnar til að ná eigin
markmiðum mistókst óhjákvæmilega
**Diese Versuche wurden in Zeiten allgemeiner Aufregung
unternommen, als die feudale Gesellschaft gestürzt wurde**
Þessar tilraunir voru gerðar á tímum almennrar spennu, þegar
lénssamfélagið var steypt af stóli
**Der damals noch unterentwickelte Zustand des Proletariats
führte zum Scheitern dieser Versuche**
Óþróað ástand öreigastéttarinnar leiddi til þess að þessar
tilraunir mistókust
**und sie scheiterten am Fehlen der wirtschaftlichen
Voraussetzungen für ihre Emanzipation**
og þeim mistókst vegna skorts á efnahagslegum skilyrðum
fyrir frelsun þess
**Bedingungen, die erst noch geschaffen werden mussten und
die durch die bevorstehende Epoche der Bourgeoisie allein
hervorgebracht werden konnten**
aðstæður sem enn átti eftir að skapa og gátu orðið fyrir
yfirvofandi borgarastéttartímabil eitt
**Die revolutionäre Literatur, die diese ersten Bewegungen
des Proletariats begleitete, hatte notwendigerweise einen
reaktionären Charakter**

Byltingarbókmenntirnar sem fylgdu þessum fyrstu
hreyfingum öreigastéttarinnar höfðu óhjákvæmilega
afturhaldslegt eðli

**Diese Literatur schärfte universelle Askese und soziale
Nivellierung in ihrer gröbsten Form ein**

Þessar bókmenntir innrættu algilda ásatrú og félagslega
jöfnun í sinni grófustu mynd

**Die sozialistischen und kommunistischen Systeme, die man
eigentlich so nennt, entstehen in der frühen unentwickelten
Periode**

Sósíalíska og kommúníska kerfið, sem svo er kölluð, verða til
á fyrstu óþróuðu tímabilinu

**Saint-Simon, Fourier, Owen und andere beschrieben den
Kampf zwischen Proletariat und Bourgeoisie (siehe
Abschnitt 1)**

Saint-Simon, Fourier, Owen og fleiri, lýstu baráttu
öreigastéttarinnar og borgarastéttarinnar (sjá kafla 1)

**Die Begründer dieser Systeme sehen in der Tat die
Klassengegensätze**

Stofnendur þessara kerfa sjá vissulega stéttaandstæðurnar

**Sie sehen auch das Wirken der sich zersetzenden Elemente
in der herrschenden Gesellschaftsform**

þeir sjá einnig virkni niðurbrotsefnanna, í ríkjandi
samfélagsformi

**Aber das Proletariat, das noch in den Kinderschuhen steckt,
bietet ihnen das Schauspiel einer Klasse ohne jede
historische Initiative**

En öreigastéttin býður þeim upp á sjónarspil stéttar án
nokkurs sögulegs frumkvæðis

**Sie sehen das Schauspiel einer sozialen Klasse ohne
unabhängige politische Bewegung**

þeir sjá sjónarspil þjóðfélagsstéttar án sjálfstæðrar
stjórnmálahreyfingar

**Die Entwicklung des Klassengegensatzes hält mit der
Entwicklung der Industrie Schritt**

þróun stéttaandstæðna heldur í við þróun iðnaðarins

Die ökonomische Lage bietet ihnen also noch nicht die
materiellen Bedingungen für die Befreiung des Proletariats
Þannig að efnahagsástandið býður þeim ekki enn efnisleg
skilyrði fyrir frelsi öreigastéttarinnar
Sie suchen also nach einer neuen Sozialwissenschaft, nach
neuen sozialen Gesetzen, die diese Bedingungen schaffen
sollen
Þeir leita því að nýjum félagsvísindum, eftir nýjum
félagslegum lögmálum, sem eiga að skapa þessar aðstæður
historisches Handeln besteht darin, sich ihrem persönlichen
erfinderischen Handeln zu beugen
sögulegar athafnir eru að láta undan persónulegum
uppfinningaverkum sínum
Historisch geschaffene Emanzipationsbedingungen sollen
phantastischen Verhältnissen weichen
sögulega skapaðar frelsisaðstæður eiga að víkja fyrir
stórkostlegum aðstæðum
und die allmähliche, spontane Klassenorganisation des
Proletariats soll der Organisation der Gesellschaft weichen
og hin smám saman, sjálfsprottna stéttaskipulag
öreigastéttarinnar á að víkja fyrir skipulagi samfélagsins
die Organisation der Gesellschaft, die von diesen Erfindern
eigens ersonnen wurde
skipulag samfélagsins sem þessir uppfinningamenn hafa
sérstaklega skapað
Die zukünftige Geschichte löst sich in ihren Augen in die
Propaganda und die praktische Durchführung ihrer sozialen
Pläne auf
Framtíðarsagan leysist í þeirra augum upp í áróðri og
framkvæmd félagslegra áætlana þeirra
Bei der Ausarbeitung ihrer Pläne sind sie sich bewußt, daß
sie sich in erster Linie um die Interessen der Arbeiterklasse
kümmern
Við mótun áætlana sinna eru þeir meðvitaðir um að hugsa
fyrst og fremst um hagsmuni verkalýðsins

Nur unter dem Gesichtspunkt, die leidendste Klasse zu sein, existiert das Proletariat für sie

Aðeins frá því sjónarmiði að vera þjáðasta stétt er öreigastéttin til fyrir þá

Der unentwickelte Zustand des Klassenkampfes und ihre eigene Umgebung prägen ihre Meinungen

Óþróað ástand stéttabaráttunnar og þeirra eigið umhverfi mótar skoðanir þeirra

Sozialisten dieser Art halten sich allen Klassengegensätzen weit überlegen

Sósíalistar af þessu tagi telja sig miklu æðri öllum stéttaandstæðum

Sie wollen die Lage jedes Mitglieds der Gesellschaft verbessern, auch die der Begünstigten

Þeir vilja bæta kjör allra þjóðfélagsþegna, jafnvel þeirra sem best mega sín

Daher appellieren sie gewöhnlich an die Gesellschaft als Ganzes, ohne Unterschied der Klasse

Þess vegna höfða þeir venjulega til samfélagsins í heild, án aðgreiningar á stéttum

Ja, sie appellieren an die Gesellschaft als Ganzes, indem sie die herrschende Klasse bevorzugen

nei, þeir höfða til samfélagsins í heild með því að kjósa frekar valdastéttina

Für sie ist alles, was es braucht, dass andere ihr System verstehen

fyrir þeim þarf það eina sem þarf að aðrir skilji kerfið þeirra

Denn wie können die Menschen nicht erkennen, dass der bestmögliche Plan für den bestmöglichen Zustand der Gesellschaft ist?

Því hvernig getur fólk ekki séð að besta mögulega áætlunin er fyrir besta mögulega ástand samfélagsins?

Daher lehnen sie jede politische und vor allem jede revolutionäre Aktion ab

Þess vegna hafna þeir öllum pólitískum, og sérstaklega öllum byltingarkenndum, aðgerðum

Sie wollen ihre Ziele mit friedlichen Mitteln erreichen
þeir vilja ná markmiðum sínum með friðsamlegum hætti
Sie bemühen sich durch kleine Experimente, die notwendigerweise zum Scheitern verurteilt sind
þeir leitast við með litlum tilraunum, sem eru óhjákvæmilega dæmdar til að mistakast
und durch die Kraft des Beispiels versuchen sie, den Weg für das neue soziale Evangelium zu ebnen
og með krafti fordæmis reyna þeir að ryðja brautina fyrir hið nýja félagslega fagnaðarerindi
Welch phantastische Bilder von der zukünftigen Gesellschaft, gemalt in einer Zeit, in der sich das Proletariat noch in einem sehr unterentwickelten Zustand befindet
Þvílíkar stórkostlegar myndir af framtíðarsamfélagi, dregnar upp á tímum þegar öreigastéttin er enn í mjög vanþróuðu ástandi
und sie hat immer noch nur eine phantastische Vorstellung von ihrer eigenen Stellung
og það hefur enn aðeins ævintýralega hugmynd um eigin stöðu
aber ihre ersten instinktiven Sehnsüchte entsprechen den Sehnsüchten des Proletariats
en fyrstu eðlislægu þrár þeirra samsvara þrám öreigastéttarinnar
Beide sehnen sich nach einem allgemeinen Umbau der Gesellschaft
Báðir þrá almenna endurreisn samfélagsins
Aber diese sozialistischen und kommunistischen Veröffentlichungen enthalten auch ein kritisches Element
En þessi rit sósíalista og kommúnista innihalda einnig mikilvægan þátt
Sie greifen jedes Prinzip der bestehenden Gesellschaft an
Þeir ráðast á allar meginreglur núverandi samfélags
Daher sind sie voll von den wertvollsten Materialien für die Aufklärung der Arbeiterklasse

Þess vegna eru þeir fullir af dýrmætustu efnum til uppljómunar verkalýðsins

Sie schlagen die Abschaffung der Unterscheidung zwischen Stadt und Land und der Familie vor

þeir leggja til að aðgreiningin milli borgar og sveita verði afnumin og fjölskyldunnar

die Abschaffung des Gewerbetreibens für Rechnung von Privatpersonen

afnám iðnreksturs í þágu einkaaðila

und die Abschaffung des Lohnsystems und die Proklamation des sozialen Friedens

og afnám launakerfisins og boðun félagslegrar sáttar

die Verwandlung der Funktionen des Staates in eine bloße Aufsicht über die Produktion

umbreytingu á störfum ríkisins í aðeins eftirlit með framleiðslunni

Alle diese Vorschläge deuten einzig und allein auf das Verschwinden der Klassengegensätze hin

Allar þessar tillögur benda eingöngu til þess að stéttaandstæður hverfi

Klassengegensätze waren damals gerade erst im Entstehen begriffen

Stéttaandstæður voru á þessum tíma aðeins að skjóta upp kollinum

In diesen Veröffentlichungen werden diese Klassengegensätze nur in ihren frühesten, undeutlichen und unbestimmten Formen anerkannt

Í þessum ritum eru þessar stéttaandstæður aðeins viðurkenndar í elstu, ógreinilegri og óskilgreindri mynd sinni

Diese Vorschläge haben also rein utopischen Charakter

Þessar tillögur eru því eingöngu útópískar

Die Bedeutung des kritisch-utopischen Sozialismus und des Kommunismus steht in einem umgekehrten Verhältnis zur historischen Entwicklung

Mikilvægi gagnrýninn-útópísks sósíalisma og kommúnisma er í öfugu sambandi við sögulega þróun

Der moderne Klassenkampf wird sich entwickeln und weiter konkrete Gestalt annehmen
stéttabarátta nútímans mun þróast og halda áfram að taka á sig ákveðna mynd
Dieses fantastische Ansehen des Wettbewerbs wird jeden praktischen Wert verlieren
Þessi frábæra staða frá keppninni mun missa allt hagnýtt gildi
Diese phantastischen Angriffe auf die Klassengegensätze verlieren jede theoretische Rechtfertigung
Þessar frábæru árásir á stéttaandstæður munu missa alla fræðilega réttlætingu
Die Urheber dieser Systeme waren in vielerlei Hinsicht revolutionär
Upphafsmenn þessara kerfa voru að mörgu leyti byltingarkenndir
Aber ihre Jünger haben in jedem Fall bloße reaktionäre Sekten gebildet
en lærisveinar þeirra hafa í öllum tilvikum aðeins myndað afturhaldssama sértrúarsöfnuði
Sie halten an den ursprünglichen Ansichten ihrer Meister fest
Þeir halda fast í upprunalegar skoðanir húsbænda sinna
Aber diese Anschauungen stehen im Gegensatz zur fortschreitenden geschichtlichen Entwicklung des Proletariats
en þessi sjónarmið eru í andstöðu við framsækna sögulega þróun öreigastéttarinnar
Sie bemühen sich daher, und zwar konsequent, den Klassenkampf abzustumpfen
Þeir leitast því við, og það stöðugt, að deyfa stéttabaráttuna
Und sie bemühen sich konsequent, die Klassengegensätze zu versöhnen
og þeir leitast stöðugt við að sætta stéttaandstæðurnar
Noch träumen sie von der experimentellen Umsetzung ihrer gesellschaftlichen Utopien

Þær dreymir enn um tilraunakennda framkvæmd félagslegra
útópía sinna
**sie träumen immer noch davon, isolierte "Phalanster" zu
gründen und "Heimatkolonien" zu gründen**
þá dreymir enn um að stofna einangraða "phalansteres" og
stofna "heimanýlendur"
**sie träumen davon, eine "Kleine Ikaria" zu errichten –
Duodecimo-Ausgaben des Neuen Jerusalem**
þá dreymir um að setja upp "Litlu Íkaríu" – duodecimo
útgáfur af Nýju Jerúsalem
**Und sie träumen davon, all diese Luftschlösser zu
verwirklichen**
og þá dreymir um að gera alla þessa kastala í loftinu að
veruleika
**Sie sind gezwungen, an die Gefühle und den Geldbeutel der
Bourgeoisie zu appellieren**
þeir neyðast til að höfða til tilfinninga og veskja
borgarastéttarinnar
**Nach und nach sinken sie in die Kategorie der oben
dargestellten reaktionären konservativen Sozialisten**
Smám saman sökkva þeir í flokk afturhaldssamra íhaldssamra
sósíalista sem lýst er hér að ofan
**sie unterscheiden sich von diesen nur durch systematischere
Pedanterie**
þeir eru aðeins frábrugðnir þessum með kerfisbundnari
pedantry
**und sie unterscheiden sich durch ihren fanatischen und
abergläubischen Glauben an die Wunderwirkungen ihrer
Sozialwissenschaft**
og þeir eru frábrugðnir með ofstækisfullri og hjátrúarfullri trú
sinni á kraftaverkaáhrif félagsvísinda sinna
**Sie widersetzen sich daher gewaltsam jeder politischen
Aktion der Arbeiterklasse**
Þeir eru því harðlega andvígir öllum pólitískum aðgerðum af
hálfu verkalýðsins

ein solches Handeln kann ihrer Meinung nach nur aus blindem Unglauben an das neue Evangelium resultieren
slíkar athafnir, samkvæmt þeim, geta aðeins stafað af blindri vantrú á nýja fagnaðarerindið
Die Owenisten in England und die Fourieristen in Frankreich stehen den Chartisten und den "Réformisten" entgegen
Owenítar í Englandi og Fourieristar í Frakklandi, í sömu röð, eru andsnúnir chartistum og "Réformistes"

Stellung der Kommunisten zu den verschiedenen bestehenden Oppositionsparteien

Afstaða kommúnista gagnvart hinum ýmsu andstæðu flokkum sem fyrir voru

Abschnitt II hat die Beziehungen der Kommunisten zu den bestehenden Arbeiterparteien deutlich gemacht

II. kafli hefur skýrt tengsl kommúnista við núverandi verkalýðsflokka

wie die Chartisten in England und die Agrarreformer in Amerika

eins og chartistarnir í Englandi og landbúnaðarsiðbótarmennirnir í Ameríku

Die Kommunisten kämpfen für die Erreichung der unmittelbaren Ziele

Kommúnistar berjast fyrir því að nást markmiðunum

Sie kämpfen für die Durchsetzung der momentanen Interessen der Arbeiterklasse

þeir berjast fyrir því að framfylgja augnablikshagsmunum verkalýðsins

Aber in der politischen Bewegung der Gegenwart repräsentieren und kümmern sie sich auch um die Zukunft dieser Bewegung

en í stjórnmálahreyfingu nútímans eru þeir einnig fulltrúar og sjá um framtíð þeirrar hreyfingar

In Frankreich verbünden sich die Kommunisten mit den Sozialdemokraten

Í Frakklandi ganga kommúnistar í bandalag við sósíaldemókrata

und sie positionieren sich gegen die konservative und radikale Bourgeoisie

og þeir stilla sér upp gegn íhaldssamri og róttækri borgarastétt

sie behalten sich jedoch das Recht vor, eine kritische Position gegenüber Phrasen und Illusionen einzunehmen, die traditionell aus der großen Revolution überliefert sind

þó áskilja þeir sér rétt til að taka gagnrýna afstöðu með tilliti
til frasa og blekkinga sem hefð er fyrir frá byltingunni miklu
**In der Schweiz unterstützt man die Radikalen, ohne dabei
aus den Augen zu verlieren, dass diese Partei aus
antagonistischen Elementen besteht**
Í Sviss styðja þeir róttæklingana, án þess að missa sjónar á því
að þessi flokkur samanstendur af andstæðingum
**teils von demokratischen Sozialisten im französischen
Sinne, teils von radikaler Bourgeoisie**
að hluta til af lýðræðislegum sósíalistum, í frönskum skilningi,
að hluta af róttækri borgarastétt
**In Polen unterstützen sie die Partei, die auf einer
Agrarrevolution als Hauptbedingung für die nationale
Emanzipation beharrt**
Í Póllandi styðja þeir flokkinn sem krefst
landbúnaðarbyltingar sem aðalskilyrði þjóðfrelsis
**jene Partei, die 1846 den Krakauer Aufstand angezettelt
hatte**
flokkurinn sem kynti undir uppreisninni í Kraká árið 1846
**In Deutschland kämpft man mit der Bourgeoisie, wenn sie
revolutionär handelt**
Í Þýskalandi berjast þeir við borgarastéttina hvenær sem hún
hegðar sér á byltingarkenndan hátt
**gegen die absolute Monarchie, das feudale Eichhörnchen
und das Kleinbourgeoisie**
gegn algjöru konungsveldinu, lénsríkinu og
smáborgarastéttinni
**Aber sie hören nicht auf, der Arbeiterklasse auch nur einen
Augenblick lang eine bestimmte Idee einzuflößen**
En þeir hætta aldrei, eitt andartak, að innræta verkalýðnum
eina ákveðna hugmynd
**die klarste Erkenntnis des feindlichen Antagonismus
zwischen Bourgeoisie und Proletariat**
skýrasta mögulega viðurkenning á fjandsamlegri andstöðu
borgarastéttar og öreigastéttar

**damit die deutschen Arbeiter sofort von den ihnen zur
Verfügung stehenden Waffen Gebrauch machen können**
svo að þýskir verkamenn geti strax notað þau vopn sem þeir
hafa yfir að ráða
**die sozialen und politischen Bedingungen, die die
Bourgeoisie mit ihrer Herrschaft notwendigerweise
einführen muss**
félagslegum og pólitískum aðstæðum sem borgarastéttin
verður óhjákvæmilega að innleiða ásamt yfirburðum sínum
**der Sturz der reaktionären Klassen in Deutschland ist
unvermeidlich**
fall afturhaldsstéttanna í Þýskalandi er óumflýjanlegt
**und dann kann der Kampf gegen die Bourgeoisie selbst
sofort beginnen**
og þá gæti baráttan gegn borgarastéttinni sjálfri hafist þegar í
stað
**Die Kommunisten richten ihre Aufmerksamkeit
hauptsächlich auf Deutschland, weil dieses Land am
Vorabend einer Bourgeoisie Revolution steht**
Kommúnistar beina athygli sinni aðallega að Þýskalandi,
vegna þess að það land er á barmi borgarastéttarbyltingar
**eine Revolution, die unter den fortgeschritteneren
Bedingungen der europäischen Zivilisation durchgeführt
werden muss**
byltingu sem hlýtur að fara fram við þróaðri aðstæður
evrópskrar siðmenningar
**Und sie wird mit einem viel weiter entwickelten Proletariat
durchgeführt werden**
og það hlýtur að fara fram með miklu þróaðri öreigastétt.
**ein Proletariat, das weiter fortgeschritten war als das
Englands im 17. und Frankreichs im 18. Jahrhundert**
öreigastétt, lengra komin en í Englandi, var á sautjándu öld og
Frakklands á átjándu öld
**und weil die Bourgeoisie Revolution in Deutschland nur das
Vorspiel zu einer unmittelbar folgenden proletarischen
Revolution sein wird**

og vegna þess að borgarabyltingin í Þýskalandi verður aðeins
undanfari öreigabyltingar sem fylgir strax í kjölfarið

**Kurz gesagt, die Kommunisten unterstützen überall jede
revolutionäre Bewegung gegen die bestehende soziale und
politische Ordnung der Dinge**

Í stuttu máli, kommúnistar styðja alls staðar sérhverja
byltingarhreyfingu gegn ríkjandi félagslegri og pólitískri
skipan

**In all diesen Bewegungen rücken sie als Leitfrage die
Eigentumsfrage in den Vordergrund**

Í öllum þessum hreyfingum draga þeir fram á sjónarsviðið,
sem aðalspurninguna í hverri og einni, eignaspurninguna

**unabhängig davon, wie hoch der Entwicklungsstand in
diesem Land zu diesem Zeitpunkt ist**

Sama hversu mikill þróun þess er í því landi á þeim tíma

**Schließlich setzen sie sich überall für die Vereinigung und
Zustimmung der demokratischen Parteien aller Länder ein**

Loks vinna þeir alls staðar fyrir sameiningu og samkomulag
lýðræðisflokka allra landa

**Die Kommunisten verschmähen es, ihre Ansichten und
Ziele zu verheimlichen**

Kommúnistar fyrirlíta að leyna skoðunum sínum og
markmiðum

**Sie erklären offen, dass ihre Ziele nur durch den
gewaltsamen Umsturz aller bestehenden gesellschaftlichen
Verhältnisse erreicht werden können**

Þeir lýsa því yfir opinberlega að markmiðum þeirra verði
aðeins náð með því að kollvarpa öllum núverandi
þjóðfélagsaðstæðum með valdi

**Mögen die herrschenden Klassen vor einer
kommunistischen Revolution zittern**

Látum valdastéttina skjálfa yfir kommúnískri byltingu

Die Proletarier haben nichts zu verlieren als ihre Ketten

Öreigarnir hafa engu að tapa nema fjötrum sínum

Sie haben eine Welt zu gewinnen

Þeir hafa heiminn að vinna

ARBEITER ALLER LÄNDER, VEREINIGT EUCH!
VINNANDI MENN ALLRA LANDA, SAMEINIST!

www.ingramcontent.com/pod-product-compliance
Lightning Source LLC
Chambersburg PA
CBHW011737020426
42333CB00024B/2931